சுவையான வட இந்திய உணவு வகைகள்

வித்யா சங்கரன்

அறிமுக உரை

சிறுவயதிலிருந்தே சமையல் எனக்கு மிகவும் பிடித்த ஒன்று. என்னுடைய அம்மா மிகவும் நன்றாக சமைப்பார்கள், அவரிடம் இருந்து தென்னிந்திய உணவுகளை ஆர்வத்துடன் கற்றுக் கொண்டேன்.

திருமணத்திற்கு பிறகு தில்லியில் குடியேறிய பிறகு என் கணவரும் குழந்தைகளும் வட இந்திய உணவுகளை அதிகம் விரும்புவதை அறிந்து, புதிய உணவுகளை கற்றுக்கொள்வதில் ஆர்வம் அதிகரித்தது.

தில்லியில் நான் பல மாநிலங்களைச் சேர்ந்த தோழிகளிடம் பழகியதில் பல்வேறு வட இந்திய உணவுகளைச் சமைப்பது குறித்து கற்றுக் கொண்டேன்.

அந்த உணவுகளை மேலும் பலருடன் பகிர வேண்டும் என்ற எண்ணத்திலேயே "சுவை 7" (http://suvai7.com) என்ற தமிழ் ப்ளாக்கில் என் அனுபவங்களை எழுதத் தொடங்கி இருக்கிறேன். இந்த புத்தகத்தில், நான் கற்றுக்கொண்டவை, சமைத்தவை மற்றும் அனைவராலும் சுலபமாக செய்யக்கூடிய வட இந்திய உணவுகளைப் பற்றிய எளிய குறிப்புகளை உங்களுடன் பகிர்ந்து கொண்டிருக்கிறேன்.

மிக விரைவில், ஒரு யூட்யூப் சேனல் தொடங்கி என்னுடைய சமையல் அனுபவங்களை அந்த ஊடகத்திலும் பகிரவிருக்கிறேன். இந்த பயணத்தில் உங்கள் ஆதரவு எனக்கு மிகவும் முக்கியம்.

இந்த புத்தகம் என் அனுபவங்களை பகிரும் ஒரு நம்பிக்கை முயற்சியாகவும், உங்களின் சமையல் பயணத்திற்கான ஒரு சிறிய அன்பளிப்பாகவும் இருக்கும். நன்றி!

பொருளடக்கம்

1. ராஜ்மா

தயாரிப்பு நேரம்: 30 நிமிடங்கள்

சமைக்கும் நேரம்: 45 நிமிடங்கள்

பரிமாறும் அளவு: 4 பேருக்கு

தேவையான பொருட்கள்:

ராஜ்மா - 250 கிராம்

தக்காளி - 3 (நறுக்கியது)

வெங்காயம் - 4 (நறுக்கியது)

பச்சை மிளகாய் - 2

இஞ்சி - 1 சிறிய துண்டு

பூண்டு - 10 பற்கள்

தனியா தூள் - 2 டீஸ்பூன்,

மிளகாய்த்தூள் - 1 டீஸ்பூன்

மஞ்சள் தூள் - 1/2 டீஸ்பூன்

உப்பு - 2 டீஸ்பூன்

கரம் மசாலா தூள் - 1/2 டீஸ்பூன்

அம்சூர் தூள் - 1/2 டீஸ்பூன்

எண்ணெய் - 2 குழிக்கரண்டி

நெய் - 2 டீஸ்பூன்,

சீரகம் - 1 டீஸ்பூன்

கொத்தமல்லி தழை - 2 கைப்பிடி அளவு (நறுக்கியது)

செய்முறை:

1. ராஜ்மாவை இரவு முழுவதும் தண்ணீரில் ஊறவைக்கவும் காலை நேரத்தில், தண்ணீரை வடித்து ராஜ்மாவை குக்கரில் போட்டு, 1 டீஸ்பூன் உப்பு மற்றும் தேவையான தண்ணீர் சேர்த்து 5-6 விசில்

வரும் வரை வேகவைக்கவும். மிதமான தீயில் 15 நிமிடங்கள் வேக விடவும். ராஜ்மா வெந்ததும், அதை தனியாக வைக்கவும்.

2. ஒரு கடாயில் ஒரு குழிக்கரண்டி எண்ணெய் சேர்த்து, வெங்காயத்தை பொன்னிறமாகும் வரை பொரித்தெடுத்து வைக்கவும்.

3. மிக்ஸியில் தக்காளி, இஞ்சி, பூண்டு, பச்சை மிளகாய், கொத்தமல்லி இவற்றை அரைத்து பேஸ்ட் தயாரிக்கவும். அதே கடாயில் சீரகம் போட்டு பொறித்த பின், தக்காளி பேஸ்டை சேர்த்து எண்ணெய் பிரியும் வரை வதக்கவும். பொரித்த வெங்காயத்தை மிக்ஸியில் அரைத்து, தக்காளி கலவையில் சேர்த்து நன்றாக வதக்கவும்.

4. எண்ணெய் பிரிந்தவுடன், கரம் மசாலா தவிர மற்ற மசாலாக்களை சேர்த்து, இரண்டு நிமிடங்கள் நன்கு வதக்கவும்.

5. பிறகு, வேகவைத்த ராஜ்மாவை மசாலா கலவையில் சேர்த்து நன்றாக கிளறி 5 நிமிடங்கள் கொதிக்க விடவும். முடிவில் நறுக்கிய கொத்தமல்லி மற்றும் கரம் மசாலா தூளைச் சேர்த்து, மூடி விடவும்.

இப்போது சுவையான ராஜ்மா சப்ஜி தயார். இதை புல்கா, சப்பாத்தி, அல்லது ஜீரா ரைஸுடன் பரிமாறலாம்.

குறிப்புகள்:

1. ராஜ்மாவை எட்டு மணி நேரம் ஊறவைத்தால் மட்டுமே மென்மையாக வெந்து சுவை அதிகரிக்கும். ராஜ்மா வேகும் போது, உப்பு சேர்த்து வேக வைக்கவும்.

இதனால் ராஜ்மா உப்புச் சுவையுடன் சாப்பிடுவதற்கு சுவையாக இருக்கும்.

2. ராஜ்மா வேகும் போது, இரண்டு டீஸ்பூன் நெய் சேர்த்தால் சீக்கிரமாகவும் நன்றாகவும் வேகும். மேலும், இறுதியில், ஒரு டீஸ்பூன் நெய் சேர்த்தால், சப்ஜியின் சுவை மேலும் கூடும்.

௨. சோலே – காபூல் செ்னா

தயாரிப்பு நேரம்: 30 நிமிடங்கள்

சமைக்கும் நேரம்: 45 நிமிடங்கள்

பரிமாறும் அளவு: 4 பேர்

தேவையான பொருட்கள்:

காபூலி சென்னா - முக்கால் கப்

கடலைப்பருப்பு - கால் கப்

வெங்காயம் - 2

தக்காளி - 3

பச்சை மிளகாய் - 2

பூண்டு பற்கள் - 10

இஞ்சி - ஒரு துண்டு

வரமிளகாய் தூள் - 1 டீஸ்பூன்

தனியாத்தூள் - 2 டீஸ்பூன்

மஞ்சள் தூள் - 1/2 டீஸ்பூன்

உப்பு - 2 டீஸ்பூன்

கரம் மசாலா ½ டீஸ்பூன்

சென்னா மசாலா (ஆப்ஷனல்) - 2 டீஸ்பூன்

கஸ்தூரி மேத்தி - ½ டீஸ்பூன்

பட்டர் - 1 டேபிள்ஸ்பூன்

தாளிக்க:

பிரிஞ்சி இலை - 2

பட்டை - ஒரு துண்டு

லவங்கம் - 4, சீரகம் - 1 டீஸ்பூன்

எண்ணெய் - 1 குழி கரண்டி

செய்முறை:

1. காபூலி சென்னாவை இரவு முழுவதும் தண்ணீரில் ஊற வைக்கவும்.

2. மறுநாள் காலையில் தண்ணீரை வடித்து மூன்று கப் புதிய தண்ணீர் சேர்த்து அதோடு வெங்காயம், தக்காளி, பச்சை மிளகாய், பூண்டு, இஞ்சி, பட்டை, லவங்கம், மஞ்சள் தூள், உப்பு சேர்த்து 6 விசில் வரை சமைக்கவும்.

3. பிரஷர் குறைந்ததும் பட்டை, லவங்கம் போன்ற மசாலா பொருட்களை எடுத்து விடவும். வெந்த தக்காளி, வெங்காயம், பூண்டு, இஞ்சி மற்றும் பச்சை மிளகாயை மிக்ஸியில் மைய அரைக்கவும்.

4. வாணலியில் எண்ணெய் சூடேற்றி, சீரகம் சேர்க்கவும். அதில் அரைத்த விழுதை சேர்த்து மிளகாய் தூள், தனியா தூள், மஞ்சள் தூள் சேர்த்து எண்ணை பிரிந்து வரும் வரை வதக்கவும்.

5. இப்போது வேக வைத்த காபூலி சென்னாவை அந்த மசாலாவில் சேர்க்கவும். இரண்டு டீஸ்பூன் சோலே மசாலா சேர்க்கவும். தேவைப்பட்டால் ஒரு கப் தண்ணீர் சேர்த்து உப்பு சேர்க்கவும். அனைத்தையும் நன்றாக கலந்து 4 விசில் வரை மீண்டும் குக்கரில் வேகவைக்கவும்.

6. குக்கரை திறந்ததும் பட்டர், கஸ்தூரி மெத்தி சேர்த்து மிதமான சூட்டில் 5 நிமிடங்கள் வைத்து இறக்கவும்.

குறிப்புகள்:

1. சென்னா மசாலா சேர்ப்பதால் சுவை அதிகரிக்கும். பட்டர் சேர்ப்பதால் கூடுதல் ருசி கிடைக்கும்.

2. சோலே மசாலா சாபாத்தி, பரோட்டா அல்லது சாதத்துடன் மிகவும் சுவையாக இருக்கும்.

3. தால் மக்னி

தயாரிக்கும் நேரம்: 30 நிமிடங்கள்

சமைக்கும் நேரம்: 50 நிமிடங்கள்

பரிமாறும் அளவு: 4 பேருக்கு

தேவையான பொருட்கள்:

கருப்பு உளுந்து (முழு): 1 கப்

ராஜ்மா (பீன்ஸ்): ½ கப்

வெங்காயம்: 2 (பொடியாக நறுக்கவும்)

தக்காளி: 4

பச்சை மிளகாய்: 2

பூண்டு பற்கள்: 10

இஞ்சி: 1 துண்டு

மஞ்சள் தூள்: ½ டீஸ்பூன்

மிளகாய் தூள்: 1 டீஸ்பூன்

தனியா தூள்: 2 டீஸ்பூன்

கரம் மசாலா தூள்: ½ டீஸ்பூன்

ஆம்சூர் தூள்: ½ டீஸ்பூன்

ஃபிரஷ் கிரீம்: 2 டேபிள் ஸ்பூன்

கஸ்தூரி மேத்தி: ½ டீஸ்பூன்

நெய்: 1 குழி கரண்டி

சீரகம்: ½ டீஸ்பூன், வரமிளகாய்: 2

உப்பு: 2 டீஸ்பூன்

செய்முறை:

1. கருப்பு உளுந்தையும், ராஜ்மாவையும் 8 மணி நேரம் (இரவே) தண்ணீரில் ஊற வைக்கவும்.

2. மறுநாள் காலையில், ஊறிய பருப்புகளை குக்கரில் போட்டு 4 கப் தண்ணீர் மற்றும் உப்பு சேர்த்து 6 விசில் வரும் வரை வேக வைக்கவும். பின்னர், தீயை குறைத்து, மிதமான தீயில் மேலும் 10 நிமிடங்கள் வேக வைக்கவும்.

3. குக்கரை திறந்து பருப்பை கரண்டியால் நன்றாக கலந்து, தேவைப்பட்டால் தண்ணீர் சேர்த்து, மிதமான தீயில் கொதிக்க விடவும்.

4. மிக்ஸியில் வெங்காயம், தக்காளி, பச்சை மிளகாய், பூண்டு, மற்றும் இஞ்சியை பல்ஸ் மோடில் அரைத்து, கொதித்துக் கொண்டிருக்கும் பருப்பில் சேர்க்கவும்.

5. வதக்க தேவையில்லை; கலவையை நேரடியாக சேர்த்து, 10 நிமிடங்கள் மிதமான தீயில் வேக வைக்கவும். நடுநடுவே கலக்கவும்.

6. பருப்பு அடிப்பிடிக்காமல் இருக்க கவனமாக கலக்கவும். தேவைப்பட்டால் தண்ணீர் சேர்த்து கொதிக்க விடவும்.

7. டம்ளர் தண்ணீர் சேர்த்து, குக்கரை மூடி 2 விசில் வரும் வரை வேக வைக்கவும். பிறகு, குக்கரை திறந்து பருப்பை நன்றாக கலந்து, மீண்டும் 10 நிமிடங்கள் கொதிக்க விடவும்.

8. ஒரு வாணலியில் நெய் ஊற்றி, சீரகம் மற்றும் வரமிளகாய் தாளித்து, பருப்பில் சேர்க்கவும்.

9. கஸ்தூரி மேத்தி சேர்த்து, எல்லா மசாலாக்களையும் (மஞ்சள் தூள், மிளகாய் தூள், தனியா தூள், கரம் மசாலா) சேர்த்து, 20 நிமிடங்கள் குறைந்த தீயில் கொதிக்க விடவும்.

10. கடைசியாக, 2 டேபிள் ஸ்பூன் ஃபிரஷ் கிரீம் மற்றும் ஒரு பெரிய துண்டு வெண்ணெய் சேர்த்து, மிதமான தீயில் நன்றாக கலந்து இறக்கவும்.

குறிப்புகள்:

1. குறைந்த தீயிலே நீண்ட நேரம் பருப்பை கொதிக்க வைத்தால் க்ரீமி அமைப்புடன் இருக்கும்.

2. அடிப்பிடிக்காமல் கவனமாக கலக்கவும்.

3. வெண்ணெய் மற்றும் ஃபிரஷ் கிரீம் உணவின் ருசியையும் தோற்றத்தையும் மேம்படுத்தும்.

இதை சூடான சாதத்துடன் அல்லது சப்பாத்தி, பரோட்டா போன்றவற்றுடன் பரிமாறலாம்.

4. பாலக் பன்னீர்

தயாரிக்கும் நேரம்: 30 நிமிடங்கள்

சமைக்கும் நேரம்: 30 நிமிடங்கள்

பரிமாறும் அளவு: 4 பேருக்கு

தேவையான பொருட்கள்:

பன்னீர்: 200 கிராம் (சிறிய துண்டுகளாக நறுக்கவும்)

பாலக் (பசலைக்கீரை): 400 கிராம்

வெங்காயம்: 1 (பொடியாக நறுக்கவும்)

தக்காளி: 2 (நறுக்கவும்)

பூண்டு பற்கள்: 10

இஞ்சி: 1 இன்ச் துண்டு (நறுக்கவும்)

பச்சை மிளகாய்: 2

மஞ்சள் தூள்: ½ டீஸ்பூன்

தனியா தூள்: ½ டீஸ்பூன்

கரம் மசாலா தூள்: ½ டீஸ்பூன்

உப்பு: தேவையான அளவு

ஃபிரஷ் கிரீம்: 2 டேபிள் ஸ்பூன்

எண்ணெய்: 1 குழிக்கரண்டி

சீரகம்: ½ டீஸ்பூன்

பட்டை: 1 துண்டு, கிராம்பு: 2

தண்ணீர்: 1 டம்ளர்

செய்முறை:

1. பாலக்கீரையை சுத்தம் செய்து தண்ணீரில் நன்கு கழுவி, பெரிய துண்டுகளாக நறுக்கவும்.

2. பாலக்கீரை, தக்காளி, பூண்டு, இஞ்சி, பச்சை மிளகாய், பட்டை, கிராம்பு, 1 டம்ளர் தண்ணீர் மற்றும் உப்பை

குக்கரில் போட்டு மூடி பிரஷர் வந்ததும் வெயிட் போட்டு அடுப்பை உடனடியாக அணைத்து விடவும்.

3. குக்கரை திறந்து, கலவையை ஆறவிட்டு, தண்ணீரை வடித்துவிட்டு கீரையை மிக்ஸியில் நைசாக அரைத்துக் கொள்ளவும். வடித்த தண்ணீரை தனியாக வைக்கவும்.

4. வாணலியில் எண்ணெயை காயவைத்து சீரகத்தை பொறிக்கவும். வெங்காயத்தை பொன்னிறமாக வதக்கி, அரைத்த பாலக் கலவையை சேர்க்கவும்.

5. தனியா தூள், மஞ்சள் தூள், கரம் மசாலா தூள் சேர்த்து நன்றாக கலந்து, கலவை மிகவும் கெட்டியாக இருந்தால், வடித்த தண்ணீரை சேர்த்து கிளறவும்.

6. கலவை கொதிக்கத் தொடங்கும் போது, பன்னீர் துண்டுகளை சேர்த்து மிதமான தீயில் 10 நிமிடங்கள் சமைக்கவும்.

7. இறக்குவதற்கு முன்பு, 2 டேபிள் ஸ்பூன் ஃபிரஷ் கிரீம் சேர்த்து ஒரு நிமிடம் கலக்கி இறக்கவும்.

குறிப்புகள்:

1. பாலக்கீரையை நீண்ட நேரம் வேக வைக்க வேண்டிய அவசியமில்லை. வெறும் சுடுநீரில் மூழ்க வைத்து வேக வைத்தால் போதும்.

2. பன்னீரை ஃப்ரை செய்ய வேண்டாம்; நேரடியாக பாலக் கலவையில் சேர்த்தால் அது நன்றாக ஊறி சுவையாக இருக்கும்.

3. ஃபிரஷ் கிரீம் சேர்ப்பது உணவின் தோற்றத்தையும் ருசியையும் மேம்படுத்தும்.

இதை சப்பாத்தி, புலாவ், அல்லது சாதத்துடன் பரிமாறலாம்.

3. ஃபிரஷ் கிரீம் சேர்ப்பது உணவின் தோற்றத்தையும் ருசியையும் மேம்படுத்தும்.

இதை சப்பாத்தி, புலாவ், அல்லது சாதத்துடன் பரிமாறலாம்.

5. பஞ்சாபி கடி

தயாரிப்பு நேரம்: 20 நிமிடங்கள்

சமைக்கும் நேரம்: 40 நிமிடங்கள்

பரிமாறும் அளவு: 4 பேர்

தேவையான பொருட்கள்:

தயிர் - 400 கிராம்

கடலை மாவு - 3 டேபிள் ஸ்பூன்

உப்பு - தேவையான அளவு

மிளகாய்தூள் - 1 டீஸ்பூன்

தனியாத்தூள் - 2 டீஸ்பூன்

மஞ்சள்தூள் - 1/2 டீஸ்பூன்

கரம் மசாலா - 1/2 டீஸ்பூன்

சீரகம் - 1/2 டீஸ்பூன்

வெந்தயம் - 1/2 டீஸ்பூன்

எண்ணெய் - 2 டேபிள் ஸ்பூன்

கஸ்தூரி மேத்தி - 1/2 டீஸ்பூன்

கருவேப்பிலை - ஒரு கொத்து

வரமிளகாய் - 3 அல்லது 4

பக்கோடாவிற்கான பொருட்கள்:

கடலை மாவு - 4 டேபிள் ஸ்பூன்

வெங்காயம் (நறுக்கியது) - 1 சிறியது

பச்சை மிளகாய் - 1 (நறுக்கியது)

பூண்டு - 3 அல்லது 4 பற்கள் (நசுக்கியது)

இஞ்சி - 1/2 இஞ்ச் (துருவியது)

உப்பு - 1/2 டீஸ்பூன், ஓமம் - 1/2 டீஸ்பூன்

சோடா மாவு - 1/2 டீஸ்பூன்

எண்ணெய் - பொறிக்க தேவையான அளவு

செய்முறை:

1. தயிரில் கடலை மாவை சேர்த்து கட்டி இல்லாமல் நன்றாக கடையவும். பின் அதில் 1 லிட்டர் தண்ணீர் சேர்த்து நன்றாக கலந்து வைத்துக் கொள்ளவும்.

2. மற்றொரு கிண்ணத்தில் மஞ்சள்தூள், மிளகாய்தூள், தனியாத்தூள், கரம் மசாலா, மற்றும் அரை டம்ளர் தண்ணீர் சேர்த்து மசாலா கலவையை தயார் செய்யவும்.

3. வாணலியில் எண்ணெய் ஊற்றி சீரகம், வெந்தயம், கருவேப்பிலை மற்றும் வரமிளகாய் சேர்த்து பொரித்து, மசாலா கலவையை ஊற்றவும். எண்ணெய் பிரிந்து வரும் வரை வறுக்கவும்.

4. இதில் தயார் செய்து வைத்த கடலை மாவு கலவையை சேர்த்து உப்பு சேர்க்கவும். கெட்டியாகும் வரை குறைந்த தீயில் கொதிக்க விடவும்.

5. கடி நன்றாக கெட்டியானதும், கஸ்தூரி மேத்தி சேர்த்து இறக்கவும்.

6. பக்கோடாவை தயாரிக்க கடலை மாவில் வெங்காயம், பச்சை மிளகாய், பூண்டு, இஞ்சி, உப்பு, ஓமம், மற்றும் சோடா மாவு சேர்த்து நன்றாக கலந்து உருட்டி சிறிய உருண்டைகளாக சூடான எண்ணெயில் பொரிக்கவும்.

7. பொறித்த பக்கோடாக்களை சூடான கடியில் சேர்க்கவும்.

8. மேலும் சூடான நெய்யை சிறிது கடியின் மேல் ஊற்றி பரிமாறவும்.

குறிப்புகள்:

1. கடி சுவை அதிகமாக வேண்டும் என்றால் கடுகு எண்ணெய் பயன்படுத்தவும். நீங்கள் கடுகு எண்ணெயைப் பயன்படுத்த விரும்பினால், அதை சிறிது கவனமாகவே பயன்படுத்த வேண்டும். இந்த எண்ணெயை நன்றாக புகை வரும்வரை காய்ச்சி பிறகே பயன்படுத்த வேண்டும். இல்லையெனில், எண்ணெயில் இருந்து கடுகின் பச்சை வாசனை வரும் வாய்ப்பு அதிகமாகும், மேலும் உணவின் சுவையும் குறையக்கூடும்.

2. பக்கோடா நன்றாக சிவக்க வறுத்தால் கடியில் நீர் தன்மையை உறிஞ்சாது. இல்லை என்றால் கடி கெட்டியாகி விடும்.

3. பக்கோடாவை சூடான வெந்நீரில் போட்டு லேசாக பிழிந்து கடியில் சேர்க்கலாம்.

   இந்த கடி சாதம் அல்லது சப்பாத்தியுடன் சிறந்ததாக இருக்கும்

6. மட்டர் பன்னீர்

தயாரிப்பு நேரம்: 20 நிமிடங்கள்

சமைக்கும் நேரம்: 30 நிமிடங்கள்

பரிமாறும் அளவு: 3 பேர்

தேவையான பொருட்கள்:

பன்னீர் - 200 கிராம்

வெங்காயம் - 2 (சிறியது)

தக்காளி - 3

இஞ்சி - 1 இஞ்ச் துண்டு

பச்சை மிளகாய் - 2

கஸ்தூரி மேத்தி - 1 டீஸ்பூன்

மிளகாய் தூள் - 1 டீஸ்பூன்

தனியாத்தூள் - 2 டீஸ்பூன்

மஞ்சள் தூள் - 1/2 டீஸ்பூன்

கரம் மசாலா - 1/2 டீஸ்பூன்

ஆம்சூர் பொடி - 1/2 டீஸ்பூன்

பச்சை பட்டாணி (உரித்தது) - 1 கப்

உப்பு - 1 1/2 டீஸ்பூன்

சீரகம் - 1/2 டீஸ்பூன்

பட்டை - 1 துண்டு,

கிராம்பு - 2

எண்ணெய் - 1 குழி கரண்டி

தண்ணீர் - 2 டம்ளர்

செய்முறை:

1. வெங்காயம், தக்காளி, இஞ்சி, மற்றும் பச்சை மிளகாயை மிக்ஸியில் நைசாக அரைத்து வைக்கவும்.

2. குக்கரை அடுப்பில் வைத்து ஒரு குழி கரண்டி எண்ணெய் ஊற்றி சூடாக்கவும்.

3. அதில் சீரகம், பட்டை, கிராம்பு சேர்த்து தாளிக்கவும்.

4. தாளித்த பின் அரைத்த கலவையை சேர்த்து நன்றாக வதக்கவும். எண்ணெய் பிரியும் வரை காத்திருக்கவும்.

5. பின்னர் மஞ்சள் தூள், மிளகாய் தூள், தனியாத்தூள், கரம் மசாலா, மற்றும் ஆம்சூர் பொடியை சேர்க்கவும்.

6. பச்சை பட்டாணி, பன்னீர் துண்டுகளை சேர்த்து நன்றாக கிளறவும்.

7. உப்பு சேர்த்து, தேவையான அளவு தண்ணீர் (சுமார் 2 டம்ளர்) ஊற்றி குக்கரை மூடி இரண்டு விசில் வரும் வரை வேகவிடவும்.

8. குக்கரை திறந்து கஸ்தூரி மேத்தியை மேலே தூவி நன்றாக கலக்கவும்.

   இந்த சுவையான, மிருதுவான, மணமிக்க வட இந்திய உணவை சப்பாத்தி அல்லது ரொட்டியுடன் பரிமாறலாம்.

குறிப்புகள்:

1. பிரஷ்ஷான பன்னீரும் பச்சை பட்டாணியும் பயன்படுத்த வேண்டும். இதனால் சப்ஜி மொத்தமும் நன்றாக சுவை மிகுந்ததாக இருக்கும்.

2. **கூடுதல் சுவைக்கு இதை இறக்கும் முன்பு இரண்டு டேபிள் ஸ்பூன் கிரீம் சேர்த்துக் கொள்ளலாம். இது செய்வது மிகவும் சுலபம். ஆனால் சுவை மிகுந்த ஒரு உணவு.**

30 | சுவையான வட இந்திய உணவு வகைகள்

2. கூடுதல் சுவைக்கு இதை இறக்கும் முன்பு இரண்டு டேபிள் ஸ்பூன் கிரீம் சேர்த்துக் கொள்ளலாம். இது செய்வது மிகவும் சுலபம். ஆனால் சுவை மிகுந்த ஒரு உணவு.

7. சன்னா தால்

தயாரிப்பு நேரம்: 20 நிமிடங்கள்

சமைக்கும் நேரம்: 30 நிமிடங்கள்

பரிமாறும் அளவு: 4 பேருக்கு போதுமானது

தேவையான பொருட்கள்:

கடலைப்பருப்பு - ¾ கப்

பாசிப்பருப்பு - ¼ கப்

தக்காளி - 2 (பொடியாக நறுக்கவும்)

வெங்காயம் - 1 (பொடியாக நறுக்கவும்)

இஞ்சி - 1 இன்ச் துண்டு (பொடியாக நறுக்கவும்)

பூண்டு - 5 பல் (பொடியாக நறுக்கவும்)

பச்சை மிளகாய் - 2

வரமிளகாய் - 2

கருவேப்பிலை - சிறிதளவு

கொத்தமல்லி - சிறிதளவு (நறுக்கி வைக்கவும்)

சீரகம் - 1 ஸ்பூன்

எண்ணெய் - தேவையான அளவு

நெய் - ½ ஸ்பூன்

மசாலா பொருட்கள்:

மஞ்சள் தூள் - 1/2 டீஸ்பூன்

மிளகாய்த்தூள் - 1/2 டீஸ்பூன்

தனியாத்தூள் - 1 டீஸ்பூன்

உப்பு - 1.5 டீஸ்பூன்

கரம் மசாலா - 1/4 டீஸ்பூன்

காய்ந்த கதூரி மேத்தி - 1 டீஸ்பூன்

அம்சூர் பவுடர் (மாங்காய் தூள்) - 1 டீஸ்பூன்

பெருங்காயம் - 1/4 டீஸ்பூன்

செய்முறை:

1. கடலைப்பருப்பு மற்றும் பாசிப்பருப்பை 2 மணி நேரம் தண்ணீரில் ஊறவைக்கவும்.

2. பின்னர், குக்கரில் ஊறவைத்த பருப்பை போட்டு 5-6 விசில் வரும் வரை நன்றாக வேக வைக்கவும்.

3. பருப்பு மென்மையாக இருக்கும்படி கரண்டி வைத்து லேசாக கடையவும்.

4. ஒரு வாணலியில் எண்ணெயை ஊற்றி சூடேற்றவும்.

5. எண்ணெய் சூடானதும், சீரகம் சேர்த்து தாளித்து, பின்னர் இஞ்சி, பூண்டு, பச்சை மிளகாய், மற்றும் வரமிளகாய் சேர்த்து பொன்னிறமாக வதக்கவும்.

6. வதக்கிய கலவையில் நறுக்கிய வெங்காயம் சேர்த்து பொன்னிறம் ஆகும் வரை வதக்கி பின் தக்காளி சேர்த்து, சிறிதளவு உப்பும் சேர்க்கவும்.

7. தக்காளி நன்கு மசிந்ததும் மஞ்சத்தூள் மிளகாய் தூள் தனியா தூள் மற்றும் அம்சூர் பவுடர் மசாலா சேர்த்து, சற்றே குறைந்த தீயில் கலக்கவும்.

8. வேக வைத்த கடலைப்பருப்பு கலவையை தக்காளி-வெங்காய மசாலாவில் சேர்த்து நன்றாக கலக்கவும்.

9. இன்னொரு வாணலில் நெய் சேர்த்து, அதில் கருவேப்பிலை, பெருங்காயம், மற்றும் கஸ்தூரி மேத்தி வதக்கவும்.

10. இந்த தாளிப்பு கலவையை பருப்பு மசாலாவில் சேர்த்து நன்கு கிளறவும்.

11. இறுதியில் கரம் மசாலா, கொத்தமல்லி மற்றும் கால் டீஸ்பூன் பெருங்காயம் சேர்த்து பரிமாறவும்.

குறிப்புகள்:

1. பருப்பை நன்றாக ஊறவைத்துப் பின்னர் மட்டுமே வேக வைக்கவும்.

2. இஞ்சி மற்றும் பூண்டு ஒன்று இரண்டாக தட்டி வைத்து சேர்த்தால் மணமும் சுவையும் அதிகரிக்கும்.

3. கடைசியில், சிறிதளவு நெய் மற்றும் கொத்தமல்லி மேலே தூவினால் தால் பார்ப்பதற்கு மிக அழகாகவும் உண்பதற்கு சுவையாகவும் இருக்கும்.

இந்த தாலை நீங்கள் மதிய உணவிலோ அல்லது இரவு உணவிலோ சுவைத்து மகிழலாம். மதிய உணவில் ஜீரா ரைஸ் மற்றும் சாலட்டுடன் சேர்த்து சாப்பிடலாம். இரவு உணவில் புல்கா அல்லது சப்பாத்தியுடன், உங்களுக்கு பிடித்த சாலட் காய்களை இணைத்து எடுத்துக் கொள்ளலாம். இந்த அற்புதமான உணவை சமைத்து, உங்கள் குடும்பத்தாருக்கும் பரிமாறி, அனைவரும் உண்டு மகிழுங்கள்!

8. மிக்ஸ் தால்

தயாரிக்கும் நேரம்: 20 நிமிடங்கள்

சமைக்கும் நேரம்: 30 நிமிடங்கள்

பரிமாறும் அளவு: 4 பேர்

தேவையான பொருட்கள்:

மிக்ஸ் டால் (கடலைப்பருப்பு, தோலுடன் கூடிய பாதி உடைத்த கருப்பு உளுத்தம் பருப்பு, மைசூர் பருப்பு, மஞ்சள் பாசிப்பருப்பு கலந்தது) - 1 கப்

தக்காளி - 3

இஞ்சி - ஒரு துண்டு

பச்சை மிளகாய் - 1

பூண்டு பற்கள் - 6

கொத்தமல்லி (நறுக்கியது) - 1 கைப்பிடி

மஞ்சள்தூள் - 1/2 டீஸ்பூன்

மிளகாய்த்தூள் - 1/2 டீஸ்பூன்

தனியாத்தூள் - 1 டீஸ்பூன்

கரம் மசாலா தூள் - 1/2 டீஸ்பூன்

அம்சூர் தூள் - 1/2 டீஸ்பூன்

உப்பு - 2 டீஸ்பூன்

தண்ணீர் - 5 கப்

தாளிக்க:

நெய் - 1 டேபிள் ஸ்பூன்

சீரகம் - 1 டீஸ்பூன்

வரமிளகாய் - 1

கருவேப்பிலை - 1 கொத்து

பெருங்காயம் - 1/4 டீஸ்பூன்

செய்முறை:

1. மிக்ஸ் தாலை நன்றாக கழுவி 2 மணி நேரம் ஊற வைக்கவும்.

2. குக்கரில் 3 கப் தண்ணீர் சேர்த்து, அதில் மிக்ஸ் தால், தக்காளி, இஞ்சி, பூண்டு, பச்சை மிளகாய், உப்பு, மற்றும் மஞ்சள்தூள் சேர்த்து 4 விசில் வரை வேகவைக்கவும்.

3. குக்கரை திறந்து தக்காளி, இஞ்சி, பூண்டு, பச்சை மிளகாயை மிக்ஸியில் மையமாக அரைக்கவும்.

4. அரைத்த விழுதை வேகவைத்த டால் கலவையில் சேர்த்து, மிளகாய்த்தூள், தனியாத்தூள், கரம் மசாலா தூள் மற்றும் அம்சூர் தூள் சேர்த்து நன்றாக கலக்கவும். தேவைப்பட்டால் 1 கப் தண்ணீர் சேர்த்து, மீண்டும் குக்கரை மூடி 1 விசில் வரை வேகவைக்கவும்.

5. தாளிப்புக்கு, ஒரு வாணலியில் நெய் சூடேற்றி, சீரகம், வரமிளகாய், கருவேப்பிலை, பெருங்காயம் சேர்த்து தாளிக்கவும். இதை தாலில் சேர்த்து, ஒரு கொதி வர வைத்து, நறுக்கிய கொத்தமல்லி சேர்த்து அடுப்பை அணைக்கவும்.

குறிப்புகள்:

1. அனைத்து பருப்புகளையும் ஒரு கைப்பிடி அளவில் சேர்த்தால் சுவை சீராக இருக்கும்.

2. நெய் தாளிப்பால் தாலுக்கு சுவையும் வாசனையும் அதிகரிக்கும்.

3. சப்பாத்தி, பரோட்டா, ஜீரா ரைஸ் ஆகியவற்றுடன் மிகப் பொருத்தமாக இருக்கும்.

3. சப்பாத்தி, பரோட்டா, ஜீரா ரைஸ் ஆகியவற்றுடன் மிகப் பொருத்தமாக இருக்கும்.

9. பேங்கன் பர்த்தா

தயாரிக்கும் நேரம்: 40 நிமிடங்கள்

சமைக்கும் நேரம்: 40 நிமிடங்கள்

பரிமாறும் அளவு - நான்கு பேருக்கு

தேவையான பொருட்கள்:

பெரிய சைஸ் கத்திரிக்காய் - 2 (நன்றாக கழுவி, எண்ணெய் தடவி வைக்கவும்)

தக்காளி - 3

வெங்காயம் - 4

பச்சை பட்டாணி - ஒரு கைப்பிடி (விருப்பப்பட்டால்)

பச்சை மிளகாய் - 2

இஞ்சி - ஒரு சிறிய துண்டு (நறுக்கியது)

முழு பூண்டு -1

சீரகம் - 1 டீஸ்பூன்

எண்ணெய் - 2 குழிக்கரண்டி

தனியா தூள் - 1 டீஸ்பூன்

மிளகாய் தூள் - 1/2 டீஸ்பூன்

கரம் மசாலா தூள் - 1/2 டீஸ்பூன்

உப்பு - 2 டீஸ்பூன்

நறுக்கிய கொத்தமல்லி - அலங்கரிக்க

செய்முறை:

1. அடுப்பை பற்ற வைத்து, கத்திரிக்காய், தக்காளி, பூண்டுகளை மிதமான தீயிலே அனைத்து பக்கங்களும் நன்றாக சுடும் வரை திருப்பி திருப்பி சுட்கொள்ளவும்.

2. சுட்ட பிறகு, கத்திரிக்காயை தோலை உரித்து மசிக்கவும் அல்லது பொடியாக நறுக்கி வைக்கவும்.

தக்காளியின் தோலை உரித்து மசிக்கவும் அல்லது மிக்ஸியில் 2 சுற்று அரைத்து கொள்ளவும். பூண்டை தோல் உரித்து நசுக்கவும் .

3. வாணலியில் எண்ணெய் ஊற்றி சூடானதும் சீரகத்தை சேர்த்து தாளிக்கவும்.

4. சீரகம் பொரிந்ததும், நறுக்கிய இஞ்சி, பூண்டு சேர்த்து ஒரு நிமிடம் வதக்கவும்.

5. வெங்காயத்தை சேர்த்து பொன்னிறமாகும் வரை, சுமார் 5 நிமிடங்கள் வதக்கவும். வெங்காயம் 50% வதங்கியதும், பச்சை பட்டாணி சேர்க்கவும்.

6. வெங்காயம் மற்றும் பட்டாணி ஓரளவு வெந்ததும், மசித்து வைத்த தக்காளி, பச்சை மிளகாய், தனியா தூள், மிளகாய் தூள், உப்பு சேர்த்து நன்றாக கிளறி மூடி வைத்து எண்ணெய் பிரியும் வரை சமைக்கவும்.

7. தக்காளி கலவை நன்றாக வெந்ததும், சுட்டு வைத்த கத்திரிக்காயை மசித்து சேர்த்து கிளறவும்.

8. கத்திரிக்காய் நன்றாக கலந்ததும், சட்னி போல் சுருண்டு எண்ணெய் பிரியும் வரை, சுமார் 10 முதல் 15 நிமிடங்கள் இடையிடையே கிளறி சமைக்கவும்.

இறுதியில், நறுக்கிய கொத்தமல்லி, கரம் மசாலா தூளை தூவி, நன்றாக கிளறி 5 நிமிடங்கள் மூடி வைத்து விடுங்கள்.

சுவையான பேங்கன் பர்தா தயார்!

இதை சப்பாத்தி, புல்காவுடன் காலை மற்றும் இரவு உணவிற்கு எடுத்துக் கொள்ளலாம்.

இந்த ரெசிபியை நீங்கள் வெங்காயம் வெள்ளரிக்காய் மற்றும் உங்களுக்கு விருப்பப்பட்ட சாலட் காய்களுடன் சேர்த்து சுவைத்து மகிழலாம்.

குறிப்புகள்:

1. காரம் அளவாகவே சேர்க்கவும். அதிக காரம் சேர்ப்பது சுவையை மாற்றி விடும்.

2. பட்டாணி சேர்ப்பது விருப்பம்; ஆனால் சேர்த்தால் இது சிறப்பு சுவை தரும்.

3. தக்காளி கிடைக்கவில்லை என்றால் அதற்கு பதிலாக சிறிது ஆம்சூர் (மாங்காய் பொடி) சேர்க்கலாம்; இது புளிப்பு சுவையை தரும். ஆனால் தக்காளி இந்த சப்ஜிக்கு தனி நிறம் தரும்.

4. சுட்ட காய்களின் தோலை நீக்க, பைப்பை திறந்து குளிர்ந்த நீரில் கழுவினால் தோல் எளிதில் உரியும்.

10. மிக்ஸ்வெஜ் சப்ஜி

தயாரிப்பு நேரம்: 30 நிமிடங்கள்

சமைக்கும் நேரம்: 30 நிமிடங்கள்

பரிமாறும் அளவு: 4 பேருக்கு போதுமானது

தேவையான பொருள்கள்:

பச்சை பட்டாணி - 1/4 கிலோ

கேரட் - 1/4 கிலோ

பீன்ஸ் - 1/4 கிலோ

உருளைக்கிழங்கு - 1/4 கிலோ

பச்சை மிளகாய் - 3

இஞ்சி - 1 துண்டு

எண்ணெய் - 1 குழிகரண்டி

சீரகம் - 1/2 டீஸ்பூன்

மஞ்சள்தூள் - 1/2 டீஸ்பூன்

மிளகாய்தூள் - 1/2 டீஸ்பூன்

கரம் மசாலா தூள் - 1/2 டீஸ்பூன்

தனியாத்தூள் - 1 டீஸ்பூன்

உப்பு - தேவைக்கேற்ப

செய்முறை:

1. எல்லா காய்களையும் சுத்தமாக கழுவி, நறுக்கவும். பட்டாணியை தோலுரித்து வைத்துக் கொள்ளவும்.

2. வாணலியில் எண்ணெய் சூடாக்கி, சீரகம் சேர்த்து தாளிக்கவும். பச்சை மிளகாய், இஞ்சி சேர்த்து லேசாக வதக்கவும்.

3. காய்கறிகளை ஒன்றாக சேர்த்து நன்றாக கலந்து வதக்கவும். மஞ்சள்தூள், உப்பு சேர்த்து மூடி 5 நிமிடங்கள் மிதமான தீயில் வேகவிடவும்.

4. காய்கறிகள் 50% வெந்தபோது தனியாத்தூள், மிளகாய்தூள் சேர்த்து நன்றாக வதக்கவும்.

5. மூடி வைத்து குறைந்த தீயில் 5 நிமிடங்கள் வேகவிட்டு, இறக்கும் முன்பு கரம் மசாலா தூவி கலக்கவும்.

6. அடுப்பை அணைத்து சப்ஜியை மூடி 5 நிமிடங்கள் வைக்கவும். இதை புல்கா, சப்பாத்தி அல்லது பரோட்டாவுடன் பரிமாறவும்.

குறிப்புகள்

1. நீங்கள் விருப்பப்பட்டால் இந்த சப்ஜியுடன் ஒரு கைப்பிடி ஸ்வீட் கான் அல்லது நறுக்கிய குடைமிளகாய் ஒன்று அல்லது காலிஃப்ளவர் பூக்கள் இரண்டு கைப்பிடி சேர்த்து சமைக்கலாம். அது உங்களுடைய விருப்பம்.

2. இந்த சமையல் முழுவதும் குறைந்த தீயில் தான் சமைக்க வேண்டும்.

3. இந்த சமையலை இறுக்கமான மூடி போட்டு சமைத்தால் ஒரே மாதிரி சீராகவும் வேகமாகவும் வேகம்.

4. கலர்ஃபுல்லாக, மிக ஆரோக்கியமான மற்றும் சுவையான இந்த சப்ஜியை உங்கள் குடும்பத்தினருக்கு பரிமாறி மகிழுங்கள்.

5. உங்களிடம் நேரம் குறைவாக இருந்தால், பச்சை பட்டாணி மற்றும் பீன்ஸை ஒரு பாத்திரத்தில் ஒரு டம்ளர் தண்ணீர் விட்டு தனியாக ஒரு கொதி வரை வேக வைத்து, பிறகு காய்கறிகளுடன் சேர்த்துக் கொள்ளலாம். இந்த முறையில் செய்வதால் நேரம் அதிகமாகச் செலவாகாது.

11. பிண்டி மசாலா

தயாரிப்பு நேரம்: 20 நிமிடங்கள்

சமைக்கும் நேரம்: 30 நிமிடங்கள்

பரிமாறும் அளவு: 4 பேருக்கு போதுமானது

தேவையான பொருட்கள்:

வெண்டைக்காய் - அரை கிலோ

வெங்காயம் - 2

பூண்டு - 10 பல்

இஞ்சி - 1 துண்டு

பச்சை மிளகாய் - 2

மிளகாய்த்தூள் - 1/2 டீஸ்பூன்

மஞ்சள்தூள் - 1/2 டீஸ்பூன்

கரம் மசாலா - 1/2 டீஸ்பூன்

தனியா பவுடர் - 1 டீஸ்பூன்

உப்பு - 1.5 டீஸ்பூன்

செய்முறை:

1. வெண்டைக்காய்களை நீளமாக நறுக்கி பூண்டு, இஞ்சி, பச்சை மிளகாய் மற்றும் வெங்காயத்தை பொடியாக நறுக்கி வைத்துக் கொள்ளவும்.

2. அடுப்பை பற்றவைத்து வாணலியில் ஒரு குழிக்கரண்டி எண்ணெயை சூடாக்கவும்.

3. சூடான எண்ணெயில் நறுக்கிய இஞ்சி, பூண்டு, பச்சை மிளகாய் சேர்த்து லேசாக வதக்கவும்.

4. பின்னர், வெண்டைக்காய்களை வாணலியில் சேர்த்து மிதமான தீயில் வதக்கவும். வெண்டைக்காய் லேசாக சிவக்கும் வரை அடிக்கடி கிளறி விடவும்.

5. வெண்டைக்காய் நன்றாக வதங்கியதும் பொடியாக நறுக்கிய வெங்காயத்தை சேர்க்கவும். வெங்காயம் பொன்னிறமாகும் வரை அடிக்கடி கிளறி மிதமான தீயில் வதக்கவும்.

6. இப்போது மசாலா பொருட்களை சேர்த்து, சீராக கிளறவும்.

7. வெண்டைக்காயை குறைந்த தீயில் வைத்து மூடி போட்டு 5-8 நிமிடங்கள் சமைக்கவும். இடையிடையே கிளறி விடவும்.

8. மூடியை திறந்து, மேலும் 2-3 நிமிடங்கள் திறந்தபடியே சமைக்கவும்.

குறிப்புகள்:

1. இளசான மற்றும் சிறிய வெண்டைக்காய்களைத் தேர்வு செய்தால் உணவு சுவையாக இருக்கும்.

2. இந்த சப்ஜியை கடுகு எண்ணெயில் சமைத்தால் கூடுதல் மணமும் சுவையும் கிடைக்கும்.

3. வெண்டைக்காய்க்கு தாளிப்பதற்கு கடுகோ அல்லது சீரகமும் தேவையில்லை.

4. வெண்டைக்காய்களை வட்டமாக நறுக்குவதற்கு பதிலாக, நீளமாக நறுக்கினால் சப்ஜி பார்க்க அழகாகவும் சுவையாகவும் இருக்கும்.

இப்போது, சூப்பர் சுவையான மசாலா வெண்டைக்காய் சப்ஜி தயாராகிவிட்டது! இதை நீங்கள் காலை உணவிலோ அல்லது இரவு உணவிலோ எடுத்துக்கொள்ளலாம். இதனுடன் தக்காளி, வெள்ளரிக்காய், வெங்காயம்

அல்லது உங்களுக்கு பிடித்த சாலட் காய்களை சேர்த்து, இந்த சுவையான நார்த் இந்தியன் சப்ஜியை உங்கள் குடும்பத்தாருக்கு பரிமாறி மகிழுங்கள்.

அல்லது உங்களுக்கு பிடித்த சாலட் காய்களை சேர்த்து, இந்த சுவையான நார்த் இந்தியன் சப்ஜியை உங்கள் குடும்பத்தாருக்கு பரிமாறி மகிழுங்கள்.

12. ஜீரா ஆலு

தயாரிக்கும் நேரம்: 30 நிமிடங்கள்

சமைக்கும் நேரம்: 20 நிமிடங்கள்

பரிமாறும் அளவு: 4 பேருக்கு

தேவையான பொருள்கள்:

உருளைக்கிழங்கு - 1/2 கிலோ

எண்ணெய் - 1 குழிகரண்டி

சீரகம் - 1 டீஸ்பூன்

வறுத்த சீரகத்தூள் - 1 டீஸ்பூன்

உப்பு - 1 டீஸ்பூன்

மிளகாய்த்தூள் - 1 டீஸ்பூன்

பச்சை மிளகாய் - 2

இஞ்சி - 1 இஞ்ச் துண்டு

கரம் மசாலா தூள் - 1/2 டீஸ்பூன்

கொத்தமல்லி - 1/2 கைப்பிடி

செய்முறை:

1. உருளைக்கிழங்கை சிறிதளவு உப்பு சேர்த்து, குக்கரில் ஒரு விசில் வரும் வரை வேக வைக்கவும். மிக நன்றாக வேக விட கூடாது.

2. தோலை உரித்து சிறிய துண்டுகளாக வெட்டி வைக்கவும்.

3. வாணலியில் எண்ணெயை சூடாக்கி சீரகத்தை பொறிக்கவும். பச்சை மிளகாய், இஞ்சி சேர்த்து லேசாக வதக்கவும்.

4. துண்டுகளாக வெட்டிய உருளைக்கிழங்கை சேர்த்து, மிதமான தீயில் நன்றாக ரோஸ்ட் செய்யவும்.

5. உப்பு, மிளகாய்த்தூள், தனியாத்தூள் சேர்த்து மேலும் ரோஸ்ட் செய்யவும்.

6. இறுதியாக கரம் மசாலா தூள், வறுத்த சீரகத்தூள் மற்றும் நறுக்கிய கொத்தமல்லி சேர்த்து கிளறி, எடுத்து விடவும்.

குறிப்புகள்:

1. இந்த சப்சியை கடுகு எண்ணெயில் சமைத்தால் சிறந்த சுவை கிடைக்கும்.

2. குழந்தைகளுக்கு இது மிகவும் பிடிக்கும், எனவே இதை ஸ்கூல் லஞ்ச் பாக்ஸில் அனுப்பலாம்.

3. உருளைக்கிழங்கை வேக வைக்கும் போது உப்பு சேர்த்து வேக வைப்பதால் இரண்டாம் முறை உப்பு சேர்க்கும் போது மிகவும் கவனமாக சேர்க்க வேண்டும். அதிகமாக சேர்த்து விடக்கூடாது.

இந்த ஜீரா ஆலு சப்ஜியை சப்பாத்தியுடன் காலை உணவில் எடுத்துக் கொள்ளலாம். மிகவும் சுவையாக இருக்கும். இந்த சப்ஜியை உங்கள் குடும்பத்தாருக்கு பறிமாறி நீங்களும் சாப்பிட்டு என்ஜாய் செய்யுங்கள்.

13. ஆலு கோபி

தயாரிப்பு நேரம்: 30 நிமிடங்கள்

சமைக்கும் நேரம்: 30 நிமிடங்கள்

பரிமாறும் அளவு: 3 பேர்

தேவையான பொருட்கள்:

காலிஃப்ளவர் - 500 கிராம்

உருளைக்கிழங்கு - 250 கிராம் (சதுரமாக நறுக்கியது)

வெங்காயம் - 1 (நறுக்கியது)

தக்காளி - 1 (நறுக்கியது)

பச்சை மிளகாய் - 2

இஞ்சி மற்றும் பூண்டு விழுது - 2 டேபிள் ஸ்பூன்

மஞ்சள் தூள் - 1/2 டீஸ்பூன்

மிளகாய் தூள் - 1 டீஸ்பூன்

தனியாத்தூள் - 1 டீஸ்பூன்

கரம் மசாலா - 1/2 டீஸ்பூன்

சீரகம் - 1/2 டீஸ்பூன்

எண்ணெய் - 1 குழிகரண்டி

உப்பு - தேவையான அளவு

கொத்தமல்லி இலை - சிறிதளவு (நறுக்கியது)

செய்முறை:

1. காலிஃப்ளவரை சிறிய துண்டுகளாக வெட்டி நன்றாக சுத்தம் செய்து வைக்கவும்.

2. உருளைக்கிழங்கை சதுரமாக நறுக்கி தயாராக வைத்துக் கொள்ளவும்.

3. ஒரு கடாயில் எண்ணெய் ஊற்றி சூடாக்கவும்.

4. எண்ணெய் சூடானதும் சீரகம் சேர்த்து தாளிக்கவும்.

5. அதில் இஞ்சி-பூண்டு விழுதை சேர்த்து நன்றாக வதக்கவும்.

6. பின்பு நறுக்கிய உருளைக்கிழங்கை சேர்த்து லேசாக வதக்கவும்.

7. தற்போது சுத்தம் செய்த காலிஃப்ளவரை சேர்க்கவும்.

8. மஞ்சள்தூள், மிளகாய்தூள், தனியாத்தூள் மற்றும் உப்பை சேர்த்து நன்றாக கிளறவும்.

9. கடாயை மூடி, மிதமான தீயில் 5-10 நிமிடங்கள் சமைக்கவும். நடுநடுவே கிளறி கொடுக்கவும்.

10. பின்னர் தக்காளியை சேர்த்து மூடியை போட்டு மேலும் 5 நிமிடங்கள் சமைக்கவும்.

11. பூக்கள் மற்றும் தண்டுகள் நன்றாக வேகும் வரை சமைத்துக் கொள்ளவும்.

12. இறுதியில் கரம் மசாலா மற்றும் நறுக்கிய கொத்தமல்லியை சேர்த்து இரண்டு நிமிடங்கள் சமைத்து இறக்கவும்.

குறிப்புகள்:

1. காலிஃப்ளவர் பூக்களை சிறியதாக வெட்டினால் சீக்கிரம் வேகும்.

2. உருளைக்கிழங்கின் அளவு காலிஃப்ளவரின் அளவில் பாதியாக இருக்க வேண்டும்.

3. இந்த ஆலு கோபி சப்ஜி சப்பாத்தி மற்றும் புல்காவுடன் சாப்பிட சுவையாக இருக்கும்..

14. ஆலு சிம்லா மிர்ச்

தயாரிக்கும் நேரம்: 20 நிமிடங்கள்

சமைக்கும் நேரம்: 30 நிமிடங்கள்

பரிமாறும் அளவு: 3 பேருக்கு.

தேவையான பொருட்கள்:

குடைமிளகாய்: 250 கிராம்

உருளைக்கிழங்கு: 2

வெங்காயம்: 1

தக்காளி: 1

பச்சை மிளகாய்: 2

பூண்டு பற்கள்: 10

இஞ்சி: 1 சிறிய துண்டு

எண்ணெய்: 1 குழி கரண்டி (கடுகு எண்ணெய் பயன்படுத்தலாம்)

உப்பு: ½ டீஸ்பூன்

மஞ்சள் தூள்: ½ டீஸ்பூன்

தனியா தூள்: 2 டீஸ்பூன்

மிளகாய் தூள்: 1 டீஸ்பூன்

கரம் மசாலா: ½ டீஸ்பூன்

கொத்தமல்லித்தழை: 1 கைப்பிடி அளவு (பொடியாக நறுக்கவும்)

செய்முறை:

1. குடைமிளகாயை பெரிய துண்டுகளாக வெட்டவும். உருளைக்கிழங்கை தோல் சீவி, சதுரமாக நறுக்கவும். வெங்காயத்தை பெரிய துண்டுகளாக நறுக்கவும்.

2. வாணலியில் எண்ணெயை சூடாக்கி, ஜீரகம் சேர்த்து பொறிக்கவும். பச்சை மிளகாய், இஞ்சி, பூண்டு சேர்த்து நன்றாக வதக்கவும். வெங்காயத்தை சேர்த்து பொன்னிறமாக வதக்கவும்.

3. உருளைக்கிழங்கை சேர்த்து 50% வேகம் வரை வதக்கவும்.பிறகு குடைமிளகாயை சேர்த்து உப்பு, மஞ்சள் தூள், தனியா தூள், மிளகாய் தூள் சேர்த்து நன்றாக கிளறவும்.

4. கலவையை மூடி வைத்து மிதமான தீயில் 5 நிமிடங்கள் சமைக்கவும். நடுநடுவே கலவை அடிப்பிடிக்காமல் கிளறவும்.

5. தக்காளியை சேர்த்து, காய்கறிகளுடன் நன்றாக கலக்கவும்.மீண்டும் மூடி வைத்து குறைந்த தீயில் 5 நிமிடங்கள் சமைக்கவும்.

6. மூடியை திறந்து, காய்கறிகள் நன்றாக வெந்தவுடன், அரை டீஸ்பூன் கரம் மசாலா தூள் தூவி கிளறவும். பொடியாக நறுக்கிய கொத்தமல்லித்தழையை தூவி, நன்றாக கலந்து இறக்கவும்.

குறிப்புகள்:

1. குறைந்த தீயிலே சமைப்பது அதிக சுவைக்கு உதவும்.

2. இதை சப்பாத்தி, ரொட்டி, அல்லது சாதத்துடன் பரிமாறலாம்.

3. விரும்பினால், சிறிதளவு அளவு தண்ணீர் தெளித்து சமைக்கலாம்.

15. கியாசப்ஜி

தயாரிப்பு நேரம்: 20 நிமிடங்கள்

சமைக்கும் நேரம்: 30 நிமிடங்கள்

பரிமாறும் அளவு: 4 பேர்

தேவையான பொருட்கள்:

சுரைக்காய் - அரை கிலோ

வெங்காயம் - 2 (பொடியாக நறுக்கவும்)

தக்காளி - 1 (பொடியாக நறுக்கவும்)

இஞ்சி - 1 சிறிய துண்டு (பொடியாக நறுக்கவும்)

பச்சை மிளகாய் - 2 (பொடியாக நறுக்கவும்)

மஞ்சள் தூள் - 1/2 டீஸ்பூன்

மிளகாய் தூள் - 1 டீஸ்பூன்

தனியா தூள் - 1 டீஸ்பூன்

உப்பு - தேவையான அளவு

பெருங்காயம் - சிட்டிகை

சீரகம் - 1/2 டீஸ்பூன்

எண்ணெய் - 2 டீஸ்பூன்

தண்ணீர் - 1/4 டம்ளர்

செய்முறை:

1. ஒரு குக்கரில் சிறிதளவு எண்ணெய் விட்டு சீரகம் சேர்த்து பொரிக்க விடவும்.

2. பின்னர் நறுக்கிய பச்சை மிளகாய் மற்றும் இஞ்சியை சேர்த்து, சற்று வதக்கவும்.

3. நறுக்கிய வெங்காயத்தை சேர்த்து, பொன்னிறமாக மாறும் வரை வதக்கவும்.

4. வெங்காயம் நன்றாக வதங்கியதும், நறுக்கிய தக்காளி மற்றும் சுரைக்காயை சேர்க்கவும்.

5. மஞ்சள் தூள், மிளகாய் தூள், தனியா தூள் மற்றும் உப்பு சேர்த்து, நன்றாக கிளறவும்.

6. சுரைக்காய் சிறிய துண்டுகளாக நறுக்கப்பட்டிருக்க வேண்டும். அதில் கால் டம்ளர் தண்ணீர் சேர்த்து, குக்கரை மூடி ஒரு விசில் விடவும்.

7. பிரஷர் இயல்பாக குறைந்த பிறகு, குக்கரைத் திறந்து சப்ஜியை நன்றாக கலந்து, பெருங்காயம் சேர்க்கவும்.

குறிப்புகள்

1. சப்ஜியில் தண்ணீர் அதிகமாக சேர்த்தால், அது நீர்த்தன்மையாக மாறும். அதனால் கால் டம்ளருக்கு மேல் தண்ணீர் சேர்க்காதீர்கள்.

2. காய்கறியை வாங்கும்போது விதை இல்லாத கியாவைத் தேர்வு செய்யுங்கள்.

3. இந்த சப்ஜியை காலை அல்லது இரவு உணவில் சப்பாத்தி அல்லது புல்காவுடன் எடுத்துக் கொள்ளலாம்.

4. இந்த சப்ஜியில் நீர் அதிகமாகி விட்டால், ஒரு ஸ்பூன் ஆட்டா மாவை தூவி, ஒரு கொதி வந்ததும் இறக்கினால் சப்ஜி கெட்டியாகவும் சுவையாகவும் இருக்கும்.

16. ஆலூ பந்து கோபி சப்ஜி

தயாரிப்பு நேரம்: 20   நிமிடங்கள்

சமைக்கும் நேரம்: 20 நிமிடங்கள்

பரிமாறும் அளவு: 4 பேர்

தேவையான பொருள்கள்

உருளைக்கிழங்கு - 1/4 கிலோ

முட்டைக்கோஸ் - 1/2 கிலோ

பச்சை மிளகாய் - 2

பூண்டு - 5 பல்

இஞ்சி - 1 இன்ச் அளவு துண்டு

கொத்தமல்லி நறுக்கியது - 1 கைப்பிடி அளவு

எண்ணெய் - தேவையான அளவு

கடுகு - 1/2 டீஸ்பூன்

சீரகம் - 1/2 டீஸ்பூன்

வரமிளகாய் - 1

வரமிளகாய் தூள் - 1/2 டீஸ்பூன்

மஞ்சள் தூள் - 1/2 டீஸ்பூன்

தனியாத்தூள் - 1 டீஸ்பூன்

பெருங்காயத்தூள் - 1/4 டீஸ்பூன்

உப்பு - தேவையான அளவு

செய்முறை

1. ஒரு வாணலியில் எண்ணெய் ஊற்றி, கடுகு, சீரகம், சேர்த்து வெடித்ததும் வரமிளகாய், பச்சை மிளகாய், பூண்டு, இஞ்சி அனைத்தையும் சேர்த்து மெதுவாக வறுக்கவும்.

2. வெங்காயத்தை பொடியாக நறுக்கி சேர்த்து பொன்னிறமாகும் வரை வதக்கவும்.

3. உருளைக்கிழங்கை போட்டு, மிதமான தீயிலே 5 நிமிடங்கள் வரை கிழங்கு பொன்னிறமாக மாறும் வரை வறுக்கவும்.

4. முட்டைக்கோசை சேர்த்து நன்றாக கலந்து, உப்பு, மஞ்சள் தூள் சேர்த்து அனைத்து பொருள்களும் நன்றாக கலக்கும்வரை மிதமான தீயிலே வதக்கவும்.

5. அடுப்பை குறைத்து, மூடி போட்டு 5 நிமிடத்திற்கு ஒரு முறை கிளறி கொடுக்கவும். தேவைப்பட்டால் ஒரு கை தண்ணீரை தெளித்து வதக்கவும்.

6. 50% வெந்த பிறகு, தனியாத்தூள், வரமிளகாய் தூள், பெருங்காயத்தூள் தூவி நன்றாக கிளறி, மூடி போட்டு 5 நிமிடங்கள் சமைக்கவும்.

7. முட்டைக்கோஸ் நன்கு வெந்தவுடன், நறுக்கிய கொத்தமல்லியை மேலே தூவி கலந்து, மூடி போட்டு 2 நிமிடங்கள் பிறகு இறக்கி பரிமாறவும்.

குறிப்புகள்:

1. மிதமான அல்லது குறைவான தீயில் சமைக்க வேண்டும், இல்லையெனில் முட்டைக்கோஸ் தீய்ந்து விடும்.

2. நீர்த்தேவையாக உள்ளபோது ஒரு கை தண்ணீரை தெளித்து கிளறி கொடுக்கவும். தண்ணீர் அதிகம் சேர்க்கக்கூடாது.

3. இந்த சப்ஜியை காலை அல்லது இரவு உணவில் சப்பாத்தி அல்லது புல்காவுடன் எடுத்துக் கொள்ளலாம்.

17. ஆலு பாலக்

தயாரிக்கும் நேரம்: 30 நிமிடங்கள்

சமைக்கும் நேரம்: 20 நிமிடங்கள்

பரிமாறும் அளவு: 2 பேருக்கு

தேவையான பொருட்கள்:

பாலக்கீரை - 250 கிராம்

உருளைக்கிழங்கு (சிறியது) - 2

பச்சை மிளகாய் - 2 அல்லது 3 (காரத்திற்கு ஏற்ப)

சீரகம் - ½ டீஸ்பூன்

மஞ்சள் தூள் - ¼ டீஸ்பூன்

பெருங்காயத்தூள் - ½ டீஸ்பூன்

எண்ணெய் - 1 டேபிள்ஸ்பூன்

உப்பு - ¼ டீஸ்பூன்

செய்முறை:

1. பாலக்கீரையை நன்றாக சுத்தம் செய்து, இரண்டு அல்லது மூன்று முறை தண்ணீரில் அலசி, சுத்தமான வடிகட்டியில் தண்ணீரை வடிய விடவும்.

2. கீரையை பொடியாக நறுக்கி வைத்துக் கொள்ளவும்.

3. உருளைக்கிழங்கை தோல் சீவி, சதுரமாக நறுக்கி வைத்துக் கொள்ளவும்.

4. பச்சை மிளகாயை சிறியதாக நறுக்கி வைக்கவும்.

5. அடுப்பை மிதமான தீயில் வைத்து, ஒரு கடாயில் எண்ணெயை சூடாக்கவும்.

6. சீரகத்தை கடாயில் சேர்த்து பொறிக்கவும்.

7. சீரகத்தில் நறுக்கிய உருளைக்கிழங்கு துண்டுகளை சேர்த்து, சற்று பொன்னிறமாக சிவக்கும் வரை ரோஸ்ட் செய்யவும்.

8. உருளைக்கிழங்கு சிவந்து வந்த பிறகு, நறுக்கிய பாலக்கீரை மற்றும் பச்சை மிளகாய் சேர்க்கவும்.

9. அதனுடன் மஞ்சள் தூள் சேர்த்து நன்றாக கிளறவும்.

10. கடாயை மூடி வைத்து, பாலக்கீரை நன்றாக வெந்துவிட்டதற்கு பின்பு மூடியை திறக்கவும்.

11. வெந்த பாலக்கீரையில் உப்பு சேர்த்து நன்றாக பிரட்டி கொடுக்கவும்.

12. இறுதியாக பெருங்காயத்தூளை சேர்த்து, மீண்டும் நன்றாக கிளறி அடுப்பை அணைக்கவும்.

குறிப்புகள்:

1. கீரையை சமைக்கும்போது அருகில் இருந்து கவனமாக கிளற வேண்டும், ஏனெனில் அது அடிபிடித்து விடும்.

2. தேவைப்பட்டால் சிறிதளவு தண்ணீர் தெளித்து சமைக்கலாம்.

3. இதற்கு எந்த விதமான மசாலா அல்லது பொடி தேவையில்லை; கீரை மற்றும் உருளைக்கிழங்கின் இயற்கை சுவையே சிறந்தது.

4. குழந்தைகளுக்கு சமைப்பது என்றால் உருளைக்கிழங்கின் அளவை அதிகரித்தும் பெரியவர்களுக்கு சமைக்க வேண்டும் என்றால் கீரையின் அளவை அதிகரித்தும் சமைக்கலாம்.

இந்த ஆலு பாலக் சப்பாத்தி, பரோட்டா, மற்றும் சாதம் உடன் மிகவும் சுவையாக இருக்கும்!

18. ஷாஹி பன்னீர்

தயாரிக்கும் நேரம்: 40 நிமிடங்கள்

சமைக்கும் நேரம்: 30 நிமிடங்கள்

பரிமாறும் அளவு: 3 பேருக்கு

தேவையான பொருட்கள்:

பன்னீர் - 200 கிராம்

தக்காளி - 2

வெங்காயம் - 1

பச்சை மிளகாய் - 2

பூண்டு பற்கள் - 5

முந்திரிப்பருப்பு - 15

பட்டை - ஒரு சிறிய துண்டு

கிராம்பு - 2

பச்சை ஏலக்காய் - 1

பெரிய ஏலக்காய் - 1

பிரிஞ்சி இலை - 2

இஞ்சி - ஒரு சிறிய துண்டு

எண்ணெய் - 1½ டேபிள்ஸ்பூன்

பட்டர் - 1½ டேபிள்ஸ்பூன்

காஷ்மீரி மிளகாய் தூள் - ½ டிஸ்பூன்

மஞ்சள் தூள் - ½ டிஸ்பூன்

தனியாத்தூள் - 1 டிஸ்பூன்

சீரகத்தூள் - ½ டிஸ்பூன்

கஸ்தூரி மேத்தி - 1 டிஸ்பூன்

நறுக்கிய கொத்தமல்லி - 1 டேபிள்ஸ்பூன்

உப்பு - 1 டிஸ்பூன்

பிரஷ் கிரீம் - இரண்டு டேபிள் ஸ்பூன்

செய்முறை:

1. ஒரு சிறிய குக்கரில் ½ டேபிள்ஸ்பூன் எண்ணெய் மற்றும் அரை டேபிள்ஸ்பூன் பட்டர் சேர்த்து சூடாக்கவும்.

2. வெங்காயத்தை சேர்த்து பொன்னிறமாக வதக்கவும்.

3. அதனுடன் தக்காளி, முந்திரிப்பருப்பு, பூண்டு, இஞ்சி, பச்சை மிளகாய், பட்டை, கிராம்பு, ஏலக்காய், மற்றும் பிரிஞ்சி இலை சேர்த்து ஒரு நிமிடம் வதக்கவும்.

4. அரை டம்ளர் தண்ணீர் ஊற்றி குக்கரை மூடி ஒரு விசில் வரை வேகவிடவும்.

5. குக்கரை திறந்து, கலவை நன்றாக ஆறிய பிறகு, அதிலிருந்து பட்டை, கிராம்பு, ஏலக்காய், மற்றும் பிரிஞ்சி இலை போன்ற கடா மசாலாவை எடுத்து அகற்றி விடவும்.

6. கலவையை மிக்ஸியில் மையமாக அரைத்து வைக்கவும்.

7. ஒரு சிறிய கிண்ணத்தில் 2 கரண்டி கெட்டி தயிரை எடுத்து, அதனுடன் காஷ்மீரி மிளகாய் தூள், மஞ்சள் தூள், தனியாத்தூள், மற்றும் சீரகத்தூளை சேர்த்து நன்றாக கலக்கவும்.

8. ஒரு வாணலியில் ½ டேபிள்ஸ்பூன் எண்ணெய் மற்றும் ½ டேபிள்ஸ்பூன் பட்டர் சேர்த்து சூடாக்கவும்.

9. பச்சை மிளகாய் மற்றும் நறுக்கிய இஞ்சி சேர்த்து வதக்கவும்.

10. தயிர் கலவையை சேர்த்து எண்ணெய் பிரியும் வரை கிளறி வதக்கவும்.

11. அதில் அரைத்த கலவையை சேர்த்து, தேவையான அளவு சுடு தண்ணீர் சேர்த்து கலக்கவும். (மிக்ஸி கழுவிய தண்ணீரை பயன்படுத்தலாம்.)

12. குறைந்த தீயில் வைத்து, கலவையை நன்றாக கொதிக்க விடவும்.

13. பன்னீரை பெரிய துண்டுகளாக நறுக்கி கொதித்துக் கொண்டிருக்கும் கலவையில் சேர்க்கவும். பிரெஷ் கிரீம் சேர்க்கவும்.

14. கஸ்தூரி மேத்தி சேர்க்கவும்.

15. நறுக்கிய கொத்தமல்லியை தூவி, 5 நிமிடங்கள் குறைந்த தீயில் கொதிக்கவிட்டு இறக்கவும்.

குறிப்புகள்:

1. காஷ்மீரி மிளகாய் தூள் சேர்ப்பதால் அழகான நிறம் கிடைக்கும்.

2. பன்னீரை பெரிய துண்டுகளாக வெட்ட வேண்டும்.

3. பரிமாறும் முன்பு ஒரு ஸ்பூன் பிரெஷ் கிரீம் மேலாக அலங்காரமாக தூவி பரிமாறலாம்.

4. இந்த ரெசிபி சப்பாத்தி, பரோட்டா, மற்றும் ரொட்டியுடன் சாப்பிட சிறந்தது.

5. இது மிகவும் ரிச்சான உணவு. நீங்கள் இந்த உணவை உங்கள் விருந்தினர் வரும்போது செய்து கொடுத்து மகிழலாம்.

19. கரேலா சப்ஜி

தயாரிக்கும் நேரம்: 40 நிமிடங்கள்

சமைக்கும் நேரம்: 30 நிமிடங்கள்

பரிமாறும் அளவு: 2 பேருக்கு

தேவையான பொருட்கள்:

பாகற்காய் - 250 கிராம்

வெங்காயம் - 3 (பாதியாக வெட்டி ஸ்லைஸாக நறுக்கவும்)

பச்சை மிளகாய் - 1

மஞ்சள் தூள் - ½ டீஸ்பூன்

மிளகாய் தூள் - ½ டீஸ்பூன்

தனியாத்தூள் - 1 டீஸ்பூன்

கரம் மசாலா - ½ டீஸ்பூன்

உப்பு - ¾ டீஸ்பூன்

எண்ணெய் - தேவையான அளவு

செய்முறை

1. பாகற்காயை நன்றாக கழுவி தேவைப்பட்டால் மேல் தோலை லேசாக கத்தியால் சுத்தம் செய்து வைக்கவும்.

2. பாகற்காயை நடுவில் பிளந்து, முற்றிய விதைகளை அகற்றி விடவும். இளம் விதைகளை விட்டுவிடலாம்.

3. பாகற்காயை துண்டுகளாக நறுக்கி, ½ டீஸ்பூன் மஞ்சள் தூள் மற்றும் 1 டீஸ்பூன் உப்பு சேர்த்து, மூடி வைத்து 20 நிமிடங்கள் ஊற விடவும்.

4. ஊறிய பாகற்காயை மூன்று முறை தண்ணீரில் அலசி, தண்ணீரை முழுமையாக வடிகட்டவும்.

5. ஒரு சிறிய குக்கரில் பாகற்காய் துண்டுகள், 1 டம்ளர் தண்ணீர் மற்றும் சிறிதளவு உப்பு சேர்த்து, குக்கரை மூடி ஒரு விசில் வரை வேகவிடவும்.

6. குக்கரை திறந்து, பாகற்காயை வடிகட்டவும். (வேக வைத்த தண்ணீரை குடிக்கலாம்.)

7. ஒரு கடாயில் எண்ணெயை சூடாக்கி, சீரகம் சேர்த்து பொறிக்கவும்.

8. வெங்காயம் மற்றும் பச்சை மிளகாயை சேர்த்து பொன்னிறமாக வதக்கவும்.

9. வெங்காயம் வதங்கிய பிறகு, வேகவைத்த பாகற்காயை சேர்த்து நன்றாக கிளறவும்.

10. தட்டை மூடி, குறைந்த தீயில் 5-6 நிமிடங்கள் சமைக்கவும். இதற்கிடையில் 2 முறை கிளறி விடவும்.

11. மிளகாய் தூள், தனியாத்தூள், கரம் மசாலா மற்றும் உப்பு சேர்த்து நன்றாக வதக்கவும்.

12. வாணலியில் இறுக்கமான தட்டு வைத்து மூடி பாகற்காய் மென்மையாக ஆகும் வரை சமைக்கவும். இது சுமார் 5 நிமிடங்கள் எடுத்துக் கொள்ளும்.

13. சூடாக சப்பாத்தி அல்லது சாதத்துடன் பரிமாறவும்.

குறிப்புகள்:

1. பாகற்காயின் கசப்பை குறைக்க மஞ்சள் தூள் மற்றும் உப்பில் ஊற வைத்து தண்ணீரில் அலச வேண்டும்.

2. நீங்கள் பாகற்காய் ஆவியில் வேக வைக்காமல் சமைத்தால் பாகற்காய் வேகுவதற்கு அதிகமாக நேரம் எடுத்துக் கொள்ளும். எரிபொருள் செலவு அதிகமாகும்.

அதனால் ஒரு ஆவி வேகவைத்து சமைக்கும் போது நேரமும் மிச்சமாகும். சுவையும் நன்றாக இருக்கும்.

3. அதோடு இந்த சப்ஜி வேகமாக அடிபிடித்து விடும். அதனால் அருகில் நின்று கவனமாக பார்த்து செய்ய வேண்டும்.

20. குந்துரு சப்ஜி

தயாரிப்பு நேரம்: 30 நிமிடங்கள்

சமைக்கும் நேரம்: 20 நிமிடங்கள்

பரிமாறும் அளவு: 2 பேருக்கு போதுமானது

தேவையான பொருட்கள்:

இளசான கோவக்காய் - 1/4 கிலோ

பச்சை மிளகாய் - 1 (ஆப்ஷனல்)

இஞ்சி - ஒரு துண்டு

எண்ணெய் - 1/2 குழி கரண்டி

சீரகம் - 1/2 டீஸ்பூன்

மஞ்சள் தூள் - 1/2 டீஸ்பூன்

மிளகாய் தூள் - 1/2 டீஸ்பூன்

தனியாத்தூள் - 1 டீஸ்பூன்

பெருங்காயம் - 1/4 டீஸ்பூன்

உப்பு - 1 டீஸ்பூன்

தண்ணீர் - 1/4 கப்

செய்முறை:

குக்கரில் எண்ணெய்யை சூடேற்றி சீரகம் சேர்த்து தாளிக்கவும். அதில் துருவிய இஞ்சி மற்றும் பச்சை மிளகாயை சேர்த்து லேசாக வதக்கவும்.

1. நீளமாக நறுக்கிய கோவக்காய்களை சேர்த்து நன்றாக பிரட்டி, அனைத்து பகுதிகளிலும் எண்ணெய் ஒட்டுமாறு கலக்கவும். பின்னர் மஞ்சள் தூள், உப்பு சேர்த்து நன்றாக கலக்கவும்.

2. ¼ கப் தண்ணீரை சேர்த்து குக்கரை மூடி வைக்கவும். பிரஷர் வரும் போது வெயிட்டை போட்டு, ஒரு நிமிடத்துக்குள் அடுப்பை அணைக்கவும்.

3. சிறிது நேரத்திற்கு பிறகு குக்கரை திறந்து, மிளகாய் தூள், தனியாத்தூள், பெருங்காயம் சேர்த்து மிதமான சூட்டில் 2-3 நிமிடங்கள் கிளறவும். சப்பாத்தி மற்றும் புல்காவுடன் சாப்பிடுவதற்கு சுவையான கோவக்காய் சப்ஜி தயாராகிவிட்டது.

குறிப்புகள்:

1. கோவக்காயை நீளமாக வெட்டுவதால் சப்ஜி பார்க்க அழகாக இருக்கும்.

2. குறைந்த எண்ணெயிலே இந்த ரெசிபி சமைக்க முடியும்.

3. காலை அல்லது இரவு உணவுக்கு சிறந்த துணை உணவாக இருக்கும்

21. ஆலு பரோட்டா

தயாரிப்பு நேரம்: 20 நிமிடங்கள்

சமைக்கும் நேரம்: 20 நிமிடங்கள்

பரிமாறும் அளவு: 2 பேர்

தேவையான பொருட்கள் :

உருளைக்கிழங்கு - கால் கிலோ

வெங்காயம் - 1 (ஆப்ஷனல்)

பச்சை மிளகாய் - 2

வரமிளகாய் தூள் - ½ டீஸ்பூன்

தனியாத்தூள் - 1 டீஸ்பூன்

ஓமம் - ½ டீஸ்பூன்

கரம் மசாலா - 1 டீஸ்பூன்

நறுக்கிய பச்சை கொத்தமல்லி - ஒரு கைப்பிடி அளவு

உப்பு - தேவைக்கு

சப்பாத்தி மாவு - தேவையான அளவு

எண்ணெய் - தேவையான அளவு

செய்முறை:

1. உருளைக்கிழங்கை குக்கரில் வேக வைத்து தோல் உரித்து மசித்துக் கொள்ளவும்.

2. மசித்த உருளைக்கிழங்கில் நறுக்கிய வெங்காயம், பச்சை மிளகாய், கொத்தமல்லி, ஓமம், உப்பு, வரமிளகாய் தூள், தனியாத்தூள், கரம் மசாலா சேர்த்து நன்றாக கலந்து வைக்கவும்.

3. சப்பாத்தி மாவை சிறு உருண்டைகளாக பங்கிட்டு, தட்டிப் பரப்பவும்.

4. சப்பாத்தி மையத்தில் உருளைக்கிழங்கு கலவையை வைத்து, நன்றாக மூடி தட்டி வட்டமாக பரப்பவும்.

5. சூடான தவாவில் பரோட்டாவை வைத்து, எண்ணெய் தடவி இருபுறமும் பொன்னிறமாக வேகவிடவும்.

குறிப்புகள்:

1. ஆலு பரோட்டா - ஒரு சுவையான காலை உணவு.

2. இதை உப்பு கலந்த பட்டருடன் சேர்த்து சாப்பிடும் பொழுது மிகவும் சுவையாக இருக்கும். இந்த அளவில் பெரியதாக நான்கு பரோட்டாக்கள் செய்ய முடியும்.

௨௨. நூல் கோபி பரோட்டா

தயாரிக்கும் நேரம்: 40 நிமிடங்கள்

சமைக்கும் நேரம்: 30 நிமிடங்கள்

பரிமாறும் அளவு: 3 பேருக்கு

தேவையான பொருட்கள்:

காலிபிளவர் (பூல் கோபி) - ½ கிலோ

பச்சை மிளகாய் - 3

நறுக்கிய கொத்தமல்லி - ஒரு கைப்பிடி அளவு

தனியாத்தூள் - 1 டீஸ்பூன்

மஞ்சள் தூள் - ½ டீஸ்பூன்

மிளகாய் தூள் - ½ டீஸ்பூன்

கரம் மசாலா - ½ டீஸ்பூன்

ஓமம் - ½ டீஸ்பூன்

இஞ்சி - 1 இன்ச் துண்டு

உப்பு - தேவைக்கு

சப்பாத்தி மாவு - தேவையான அளவு

எண்ணெய் - தேவையான அளவு

செய்முறை:

1. காலிபிளவர் பூக்களை பெரியதாக பிரித்து, 2-3 ஸ்பூன் உப்பு சேர்த்த நீரில் 10 நிமிடங்கள் ஊற விடவும். பின்பு அலசி, மீண்டும் சுத்தமான தண்ணீரில் 5 நிமிடங்கள் ஊற வைத்து வடிக்கவும்.

2. தண்ணீர் நன்றாக வடிந்ததும், பூக்களை பெரிய துருவியில் துருவிக் கொள்ளவும்.

3. ஒரு பெரிய தட்டில் துருவிய காலிபிளவரை பரப்பி, அதன் மேல் மஞ்சள் தூள், மிளகாய் தூள், கரம் மசாலா, தனியாத்தூள், இஞ்சி துருவல், நறுக்கிய

பச்சை மிளகாய் மற்றும் கொத்தமல்லியை தூவி வைக்கவும்.

4. கலவையை ஆறு பாகமாக பிரித்து வைக்கவும்.

5. உப்பை ஒரு பாகத்திலேயே சேர்க்கவும். (ஒரு பரோட்டாவுக்கு தேவையான அளவு மட்டுமே). கலவையை நன்றாக மசிக்கவும்

6. .சப்பாத்தி மாவை உள்ளங்கை அளவிற்கு உருட்டி, அதனை தட்டி, உப்பு சேர்த்த கலவையை மையத்தில் வைத்து, நான்கு புறமும் மாவை இழுத்து மூடி, உள்ளங்கையில் மெதுவாக தட்டி பரப்பவும்.

7. சப்பாத்தியை சூடான தவாவில் வைத்து, இருபுறமும் எண்ணெய் தடவி பொன்னிறமாக சமைக்கவும்.

இதை ஊறுகாயுடன் அல்லது கீரின் சட்னியுடன் பரிமாறலாம். மேலே பட்டர் சேர்த்து சாப்பிட மிகவும் சுவையாக இருக்கும்.

குறிப்புகள்:

1. உப்பை நேரத்துக்கு நேரம் சேர்த்து உடனடியாக பரோட்டாவை தயாரிக்க வேண்டும்.

2. முதலிலேயே உப்பு சேர்த்து கலந்து வைத்துவிட்டால் கலவை நீர்த்துப் போகும். பிறகு பரோட்டா செய்ய முடியாது.

3. இஞ்சி கண்டிப்பாக சேர்க்க வேண்டும்.

4. இந்த பரோட்டாவை செய்து பயணத்திற்கு எடுத்து செல்லலாம். சாப்டாக சுவையாக இருக்கும்.

23. மூலி பரோட்டா

தயாரிக்கும் நேரம்: 30 நிமிடங்கள்

சமைக்கும் நேரம்: 20 நிமிடங்கள்

பரிமாறும் அளவு: 2 பேருக்கு (4 பரோட்டாக்கள்)

தேவையான பொருட்கள்:

முள்ளங்கி - ½ கிலோ

மஞ்சள் தூள் - ½ டீஸ்பூன்

மிளகாய் தூள் - ½ டீஸ்பூன்

தனியாத்தூள் - 1 டீஸ்பூன்

கரம் மசாலா - ½ டீஸ்பூன்

ஓமம் - ½ டீஸ்பூன்

பச்சை மிளகாய் - 2 (பொடியாக நறுக்கவும்)

நறுக்கிய கொத்தமல்லி - ஒரு கைப்பிடி

உப்பு - தேவைக்கு (கடைசி நேரத்தில் மட்டும் சேர்க்கவும்)

சப்பாத்தி மாவு - தேவையான அளவு

எண்ணெய் - தேவையான அளவு

செய்முறை

1. முள்ளங்கியை தோல் நீக்கி பெரிய துருவியில் துருவிக் கொள்ளவும். துருவிய முள்ளங்கியை கைகளால் நன்றாக பிழிந்து, சாற்றை தனியாக எடுத்து வைக்கவும். முள்ளங்கியில் சாறு முழுவதும் பிழிந்து எடுக்க வேண்டும். சாறோடு பரோட்டா செய்ய முடியாது.

2. பிழிந்த முள்ளங்கியில் மஞ்சள் தூள், மிளகாய் தூள், தனியாத்தூள், கரம் மசாலா, ஓமம், பச்சை மிளகாய், நறுக்கிய கொத்தமல்லி சேர்த்து நன்றாக கலக்கி வைக்கவும். முள்ளங்கி கலவை மறுபடியும்

நீர்த்துப் போனால் அந்த கலவையை நன்றாக பிழிந்து அந்த சாற்றை குழம்பு போன்ற உணவுகளில் பயன்படுத்தலாம்.

3. முள்ளங்கி சாற்றை வீணாக்காமல் அதைத் தண்ணீருக்கு பதிலாக சப்பாத்தி மாவை பிசைய பயன்படுத்தி, நன்றாக பிசைத்து வைக்கவும்.

4. பரோட்டா செய்வதற்கு 2 நிமிடங்களுக்கு முன்பு மட்டும் மசாலா கலவையில் உப்பு சேர்த்து கலக்கவும். உப்பை முதலில் சேர்க்கவேண்டாம், ஏனெனில் அது மசாலாவை நீர்த்துப் போகச் செய்யும்.

5. சப்பாத்தி மாவை உருண்டைகளாக பிரித்து, உள்ளங்கை அளவிற்கு தட்டி பரப்பவும். மசாலா கலவையை மையத்தில் வைத்து, சப்பாத்தியின் நான்கு புறங்களையும் மையமாக இழுத்து மூடி, மேல்மேல் தட்டி வட்டமாக பரப்பவும்.

6. சூடான தவாவில் பரோட்டாவை வைத்து, இருபுறமும் எண்ணெய் தடவி பொன்னிறமாக சமைக்கவும்.

குறிப்புகள்:

1. முள்ளங்கியில் இயல்பாகவே உப்பு சுவை இருக்கும், எனவே உப்பு மிகக் குறைவாக சேர்க்க வேண்டும்.

2. பரோட்டாவை கெட்டி தயிருடன் சாப்பிட மிகவும் சுவையாக இருக்கும்.

3. இந்த உணவை காலை உணவாக அல்லது இரவு உணவாக எளிதில் தயாரித்து சுவைக்கலாம்.

24. பன்னீர் பரோட்டா

தயாரிக்கும் நேரம்: 20 நிமிடங்கள்

சமைக்கும் நேரம்: 20 நிமிடங்கள்

பரிமாறும் அளவு: 2 பேருக்கு (4 பரோட்டாக்கள்)

தேவையான பொருட்கள்:

பன்னீர் - 250 கிராம்

வெங்காயம் - 1

பச்சை மிளகாய் - 2

கொத்தமல்லி - ஒரு கைப்பிடி

கரம் மசாலா - ½ டீஸ்பூன்

உப்பு - ¾ டீஸ்பூன்

சப்பாத்தி மாவு - தேவையான அளவு

எண்ணெய் - தேவையான அளவு

செய்முறை

1. பன்னீரை கைகளால் நன்றாக மிருதுவாக உதிர்க்கவும்.

2. அதில் பொடியாக நறுக்கிய வெங்காயம், பச்சை மிளகாய், கொத்தமல்லி, உப்பு, கரம் மசாலா சேர்த்து நன்றாக கலந்து வைக்கவும். பிசைய வேண்டியதில்லை.

3. சப்பாத்தி மாவை சிறிய உருண்டைகளாக உருட்டி, உள்ளங்கை அளவுக்கு மெதுவாக தட்டி பரப்பவும்.

4. பன்னீர் கலவையை நான்கு பங்காகப் பிரித்து வைக்கவும்.

5. சப்பாத்தி மையத்தில் பன்னீர் உருண்டையை வைத்து, நான்கு புறமும் சப்பாத்தியை இழுத்து மூடி, உள்ளங்கையில் மெதுவாக தட்டி பரப்பவும்.

6. இரண்டு புறமும் மாவை தேய்த்து, சப்பாத்தியை வட்டமாக ஆக்கவும்.

7. சூடான தவாவில் எண்ணெய் தடவி, பன்னீர் பரோட்டாவை போட்டு இருபுறமும் பொன்னிறமாக வேகவிடவும்.

குறிப்புகள்:

1. பன்னீர் பரோட்டாவை ஹரி சட்னி (கிரீன் சட்னி), ஊறுகாய் அல்லது கெட்டி தயிருடன் பரிமாறலாம்.

2. இதற்கு மேலும் எந்த பொடி அல்லது சேர்க்கை தேவை இல்லை; கொடுத்துள்ள பொருட்களோடு செய்யும் போது சுவை மிகச்சிறந்ததாக இருக்கும்.

இந்த பன்னீர் பரோட்டா சுவையும் சத்தும் இணைந்த சிறந்த காலை உணவாக உங்களை மகிழ்விக்கும்!

25. ப்யாஜ் பரோட்டா

தயாரிக்கும் நேரம்: 20 நிமிடங்கள்

சமைக்கும் நேரம்: 20 நிமிடங்கள்

பரிமாறும் அளவு: 2 பேருக்கு

தேவையான பொருட்கள்:

வெங்காயம் - 2 (பொடியாக நறுக்கவும்)

பச்சை மிளகாய் - 2 (பொடியாக நறுக்கவும்)

நறுக்கிய கொத்தமல்லி - ஒரு கைப்பிடி அளவு

கரம் மசாலா - 1 டீஸ்பூன்

தனியாத்தூள் - 1 டீஸ்பூன்

மிளகாய் தூள் - ½ டீஸ்பூன்

ஓமம் - ½ டீஸ்பூன்

உப்பு - தேவைக்கு (கடைசி நேரத்தில் சேர்க்கவும்)

சப்பாத்தி மாவு - தேவையான அளவு

எண்ணெய் - தேவையான அளவு

செய்முறை

1. வெங்காயம், பச்சை மிளகாய், கொத்தமல்லி, கரம் மசாலா, தனியாத்தூள், மிளகாய் தூள், ஓமம் ஆகியவற்றை ஒன்றாக கலக்கி தயாராக வைத்துக் கொள்ளவும்.

2. சப்பாத்தி மாவை உருண்டைகளாக பிரித்து உள்ளங்கை அளவிற்கு தட்டி பரப்பவும்.

3. சப்பாத்தி மையத்தில் வெங்காய கலவையை சிறிதளவு வைத்து, அதனுடன் தேவையான அளவு உப்பை மட்டும் கடைசி நேரத்தில் தூவி, உடனடியாக கலக்கவும்.

4. கலவையை மையத்தில் வைத்து, சப்பாத்தியின் நான்கு புறங்களையும் மையமாக இழுத்து மூடி, மேல்மேல் தட்டி வட்டமாக பரப்பவும்.

5. சூடான தவாவில் பரோட்டாவை வைத்து, இருபுறமும் எண்ணெய் தடவி பொன்னிறமாக சமைக்கவும்.

குறிப்புகள்:

1. உப்பை கடைசி நேரத்தில் மட்டும் சேர்க்க வேண்டும்; வெங்காயம் நீர்த்துப் போகாமல் இருக்க இது உதவும்.

2. காரம் குறைவாக செய்து குழந்தைகளுக்கு மிக சுவையாக வழங்கலாம்.

3. எந்த காய்கறியும் இல்லாத நேரத்தில் சுலபமாக தயாரிக்கக்கூடிய சிறந்த உணவு இது.

26. மேத்தி பரோட்டா

தயாரிக்கும் நேரம்: 30 நிமிடங்கள்

சமைக்கும் நேரம்: 20 நிமிடங்கள்

பரிமாறும் அளவு: 2 பேருக்கு

தேவையான பொருட்கள்:

மேத்தி (வெந்தயக்கீரை) - 250 கிராம்

பச்சை மிளகாய் - 2

இஞ்சி - 1 சிறிய துண்டு

ஓமம் - ½ டீஸ்பூன்

உப்பு - ¾ டீஸ்பூன்

மஞ்சள்தூள் - ½ டீஸ்பூன்

தனியாத்தூள் - 1 டீஸ்பூன்

கரம் மசாலா - ½ டீஸ்பூன்

மிளகாய் தூள் - ½ டீஸ்பூன்

கிரீம் அல்லது பாலாடை - 2 டேபிள் ஸ்பூன்

எண்ணெய் - தேவையான அளவு

சப்பாத்தி ஆட்டா மாவு - 1 கப்

செய்முறை

1. வெந்தயக்கீரையை சுத்தம் செய்து அலசி, பொடியாக நறுக்கவும். ஒரு கடாயில் ½ டீஸ்பூன் எண்ணெய் விட்டு, பொடியாக நறுக்கிய கீரையை சேர்த்து, நன்றாக வதக்கவும். கீரை வெந்து இறுகியதும் இறக்கி ஆற விடவும்.

2. கீரை கலவையில் மசாலாக்கள் (ஓமம், மஞ்சள்தூள், தனியாத்தூள், கரம் மசாலா, மிளகாய் தூள்), நறுக்கிய பச்சை மிளகாய், இஞ்சி, மற்றும் கிரீம் சேர்த்து நன்றாக கலக்கவும்.

3. இதில் தேவையான அளவு தண்ணீர் தெளித்து, சப்பாத்தி மாவை கெட்டியாக பிசைந்து, 10 நிமிடங்கள் ரெஸ்ட் தரவும்.

4. மாவை உருண்டைகளாக உருட்டி, சப்பாத்தியை உள்ளங்கை அளவிற்கு பரப்பவும்.

5. சப்பாத்தி மேல் எண்ணெய் தடவி, நான்காக மடித்து, மீண்டும் தேய்த்து வட்டமாகவோ அல்லது முக்கோண வடிவமாகவோ செய்யவும்.

6. சூடான தவாவில் சப்பாத்தியை போட்டு, இருபுறமும் எண்ணெய் தடவி பொன்னிறமாக வெந்ததற்கு பிறகு எடுத்து வைக்கவும். மேலே உப்பு கலந்த வெண்ணையுடன் அல்லது கெட்டி தயிருடன் பரிமாறவும்.

குறிப்புகள்:

1. கீரையை வதக்காமல் நேரடியாக மசாலா கலவையுடன் சேர்த்து பிசைந்து செய்தாலும் சுவை மாறாமல் இருக்கும். அப்படி செய்யும்போது மாவு அதிகமாக தேவைப்படும் என்பதால் கவனமாக மாவை பிசைய வேண்டும்.

2. பாலாடை சேர்த்து பரோட்டா செய்யும்போது, இரவு வரை பரோட்டா மென்மையாக இருக்கும். இதை பயணத்திற்கும் எடுத்து செல்லலாம்.

இந்த பரோட்டா காலை உணவிற்கும் இரவு உணவிற்கும் சிறந்த தேர்வாக இருக்கும்.

27. நூந்தி ராய்தா

தயாரிக்கும் நேரம்: 10 நிமிடங்கள்

பரிமாறும் அளவு: 4 பேருக்கு

தேவையான பொருட்கள்:

தயிர் - 2 கப்

பூந்தி - 1 கப்

வறுத்த சீரகத்தூள் - 1 டீஸ்பூன்

மிளகாய்த்தூள் - ¼ டீஸ்பூன்

சாட் மசாலா - ½ டீஸ்பூன்

பச்சை கொத்தமல்லி - 1 டேபிள்ஸ்பூன் (நறுக்கியது)

உப்பு - தேவையான அளவு

காலா நமக் - ½   டீஸ்பூன் (கருப்பு உப்பு)

தண்ணீர் - ¼ கப்

செய்முறை:

1. பூந்தியை ஒரு பாத்திரத்தில் போட்டு அதன் மேல் வெதுவெதுப்பான தண்ணீர் சேர்த்து 2 நிமிடங்கள் ஊற விடவும். பிறகு, அதை வடிகட்டி வைக்கவும்.

2. ஒரு பெரிய பாத்திரத்தில் தயிரை போட்டு, அதில் ¼ கப் தண்ணீர் சேர்த்து நன்றாக கடைந்து கொள்ளவும்.

3. தயிரில் சீரகத்தூள், மிளகாய்த்தூள், சாட் மசாலா மற்றும் உப்பு சேர்த்து நன்றாக கலக்கவும்.

4. இதில் வடிகட்டிய பூந்தியை சேர்த்து மெதுவாக கலக்கவும். ராய்தாவின் மேல் நறுக்கிய கொத்தமல்லியை சேர்த்து அலங்கரிக்கவும்.

குறிப்புகள்:

1. பூந்தியை நீரில் அதிக நேரம் ஊற விடக்கூடாது.

2. இந்த ராய்த்தா பரோட்டா புலாவ் மற்றும் பிரியாணியுடன் பரிமாற சிறந்த துணை உணவாக இருக்கும்.

3. புளிப்பில்லாத தயிரில் செய்தால் நன்றாக இருக்கும்.

28. வெள்ளரிக்காய் ராய்தா

தயாரிக்கும் நேரம்: 10 நிமிடங்கள்

சமைக்கும் நேரம்: 10 நிமிடங்கள்

பரிமாறும் அளவு: 4 பேருக்கு

தேவையான பொருட்கள்:

கெட்டி தயிர் - 2 கப்

வெள்ளரிக்காய் - 1

வெங்காயம் - 1

கேரட் - ½ (ஆப்ஷனல்)

பச்சை மிளகாய் - 2 (நீளமாக நறுக்கவும்)

நறுக்கிய கொத்தமல்லி - 1 டேபிள்ஸ்பூன்

உப்பு - தேவையான அளவு

செய்முறை:

1. வெள்ளரிக்காயை தோல் சீவி பெரிய கண் உள்ள துருவியில் துருவிக் கொள்ளவும். வெங்காயம், மற்றும் கேரட்டை மிகப்பொடியாக நறுக்கி ஒரு பாத்திரத்தில் சேர்க்கவும்.

2. ஒரு பெரிய பாத்திரத்தில் கெட்டி தயிரை போட்டு நன்றாக கடைந்து வைக்கவும்.

3. தயிரில் நறுக்கிய பச்சை மிளகாய், காய்கறி கலவைகள் மற்றும் உப்பு சேர்த்து கலக்கவும்.ராய்தாவின் மேல் நறுக்கிய கொத்தமல்லியை சேர்த்து அலங்கரிக்கவும்.

குறிப்புகள்:

1. கேரட்டை துருவி சேர்க்கக்கூடாது, அது ராய்தாவின் நிறத்தை மாற்றக்கூடும்.

2. இந்த ராய்தா இயற்கை சுவையை கொண்டது; சீரகத்தூள், மிளகாய் தூள் போன்றவை சேர்க்க தேவையில்லை.

3. வெள்ளரிக்காய் ராய்தா சாதம், ரொட்டி, அல்லது பிரியாணியுடன் சேர்த்து பரிமாற சுவையாக இருக்கும்.

௨௯. கிரீன் சட்னி (ஹரி சட்னி)

தயாரிக்கும் நேரம்: 10 நிமிடங்கள்

பரிமாறும் அளவு: 4 பேருக்கு

தேவையான பொருட்கள்:

கொத்தமல்லி - 1 கட்டு (நன்றாக அலசி, பொடியாக நறுக்கவும்)

பச்சை மிளகாய் - 5 (காரத்திற்கு ஏற்ப அதிகமாகவோ குறைத்து கொள்ளலாம்)

தக்காளி - 1

பூண்டு பற்கள் - 5

இஞ்சி - 1 துண்டு

உப்பு - ¾ டீஸ்பூன்

ஜீஸ் கியூப்கள் - 1 அல்லது 2

செய்முறை:

1. கொத்தமல்லியை நன்றாக அலசி, சுத்தம் செய்து பொடியாக நறுக்கவும்.

2. மிக்ஸி ஜாரில் கொத்தமல்லி, பச்சை மிளகாய், தக்காளி, பூண்டு பற்கள், இஞ்சி, மற்றும் உப்பை சேர்க்கவும்.

3. 1 அல்லது 2 ஜீஸ் கியூபுகளை சேர்த்து சட்னியை அரைக்கவும். ஜீஸ் கியூபுகளை சேர்த்து அரைத்தால் சட்னி பச்சை நிறமாக இருக்கும்.

4. நன்றாக அரைத்த பிறகு, சட்னியை ஒரு கிண்ணத்தில் எடுத்து பரிமாறலாம்.

குறிப்புகள்:

1. இந்த சட்னி பரோட்டா, ரொட்டி, தால் சாதம், மற்றும் புலாவிற்கு சிறந்த துணையாக இருக்கும்.

2. தக்காளிக்குப் பதிலாக நெல்லிக்காய் 1 சேர்த்து அரைத்தால் ரெசிபி சுவையானதோடு ஆரோக்கியமாகவும் இருக்கும்.

3. நெல்லிக்காய் கிடைக்காவிட்டால், ஒரு சிறிய மாங்காயை சேர்க்கலாம்.

4. மாங்காயும் கிடைக்காவிட்டால், 2 டேபிள்ஸ்பூன் எலுமிச்சைச் சாறு சேர்த்து ரெசிபியை தயார் செய்யலாம்.

5. விருப்பப்பட்டால், சட்னியில் சிறிதளவு தயிர் கலந்து பரிமாறலாம்.

30. வெஜிடபிள் புலாவ்

தயாரிப்பு நேரம்: 30 நிமிடங்கள்

சமைக்கும் நேரம்: 30 நிமிடங்கள்

பரிமாறும் அளவு: 2 நபர்

தேவையான பொருட்கள்:

பாசுமதி அரிசி - ¾ கப்

கேரட் (சிறியது) - 1

பட்டாணி - 2 கைப்பிடி அளவு

காலிஃப்ளவர் பூக்கள் - 1 கைப்பிடி

பீன்ஸ் - 8

உருளைக்கிழங்கு (சிறியது) - 1

வெங்காயம் - 1

தக்காளி - 2

வரமிளகாய் தூள் - 1 டீஸ்பூன்

இஞ்சி - 1 சிறிய துண்டு

பூண்டு - 5 பல், பச்சை மிளகாய் - 1

கரம் மசாலா - ½ டீஸ்பூன்

தனியா தூள் - 1 டீஸ்பூன்

சீரகம் - ½ டீஸ்பூன், மிளகு - ½ டீஸ்பூன்

பிரியாணி இலை - 1

லவங்கப்பட்டை - 1 சிறிய துண்டு

எண்ணெய் - 2 குழிக்கரண்டி

நெய் - 1 குழிக்கரண்டி

புதினா - 1 கைப்பிடி

உப்பு - தேவையான அளவு

தண்ணீர் - 2 டம்ளர்

செய்முறை:

1. பாசுமதி அரிசியை நன்றாக கழுவி 15-20 நிமிடங்கள் ஊறவைக்கவும்.

2. குக்கரை அடுப்பில் வைத்து, எண்ணெய் மற்றும் நெய் சேர்த்து சூடாக்கவும். சீரகம், மிளகு, பிரியாணி இலை, மற்றும் லவங்கப்பட்டையை தாளிக்கவும்.

3. வெங்காயத்தை பொன்னிறமாக வதக்கி, பின்பு தக்காளி மற்றும் காய்கறிகளை சேர்த்து, உப்பு சேர்த்து குறைந்த தீயில் 5 நிமிடங்கள் வதக்கவும்.

4. மசாலா பொடிகள் (வரமிளகாய் தூள், தனியா தூள், கரம் மசாலா) சேர்த்து நன்றாக கிளறவும். 2 டம்ளர் தண்ணீர் ஊற்றி கொதிக்க விடவும்.

5. கொதிக்கும் கலவையில் அரிசி, புதினா, மற்றும் இஞ்சி-பூண்டு தட்டி சேர்க்கவும். குக்கரை மூடி, 2 விசில் வரும் வரை வேகவைக்கவும்.

6. பிரஷர் இயல்பாக இறங்கிய பிறகு குக்கரை திறந்து, புலாவை மெதுவாக கிளறி பரிமாறவும்.

குறிப்புகள்:

1. பாசுமதி அரிசியை ஊற வைத்து சமைத்தால் புலாவ் மிகவும் சுவையாக இருக்கும்.

2. புதினா சேர்ப்பதால் புலாவுக்கு தனித்துவமான மணமும் சுவையும் கிடைக்கும்.

3. தயிர் பச்சடியுடன் சேர்த்து சாப்பிடும்போது இது இருமடங்கு ருசியாக இருக்கும்.

31. மட்டர் புலாவ்

தயாரிக்கும் நேரம்: 20 நிமிடங்கள்

சமைக்கும் நேரம்: 20 நிமிடங்கள்

பரிமாறும் அளவு: 3 பேருக்கு

தேவையான பொருட்கள்:

பாசுமதி அரிசி: 1 கப் (தண்ணீரை வடித்து 15 நிமிடங்கள் ஊற வைக்கவும்)

பச்சை பட்டாணி: 1 கப்

வெங்காயம்: 1 (பொடியாக நறுக்கவும்)

தக்காளி: 2

பச்சை மிளகாய்: 2

பூண்டு: 10 பல்

இஞ்சி: 1 துண்டு

நெய்: 1 குழி கரண்டி

சீரகம்: ½ டீஸ்பூன், மிளகு: ½ டீஸ்பூன்

பட்டை: 1 துண்டு

கிராம்பு: 2, ஏலக்காய்: 1

பிரிஞ்சி இலை: 2

உப்பு: 2 டீஸ்பூன்

கரம் மசாலா தூள்: ½ டீஸ்பூன்

மிளகாய் தூள்: 1 டீஸ்பூன்

தனியா தூள்: 2 டீஸ்பூன்

புதினா இலை: 1 கைப்பிடி (பொடியாக நறுக்கவும்)

தண்ணீர்: 2½ கப்

தேவையான பொருட்கள்:

செய்முறை:

1. பாசுமதி அரிசியை இரண்டு முறை நன்றாக கழுவி, தண்ணீரை வடித்து 15 நிமிடங்கள் ஊற வைக்கவும்.

2. பச்சை பட்டாணியை உறித்து சுத்தம் செய்து கழுவி தயாராக எடுத்து வைக்கவும்.

3. மிக்ஸியில் தக்காளி, பச்சை மிளகாய், பூண்டு, மற்றும் இஞ்சியை சேர்த்து நன்றாக அரைத்து பேஸ்ட் தயாரிக்கவும்.

4. குக்கரை அடுப்பில் வைத்து, நெய்யை சூடாக்கி, சீரகம், மிளகு, பட்டை, கிராம்பு, ஏலக்காய், மற்றும் பிரிஞ்சி இலை சேர்த்து பொறிக்கவும்.

5. வெங்காயத்தை சேர்த்து பொன்னிறமாக வதக்கவும்.

6. குக்கரில் 2½ கப் தண்ணீர் ஊற்றி கொதிக்க விடவும்.

7. தண்ணீர் கொதிக்கத் தொடங்கும் போது, அரைத்த தக்காளி கலவை, உப்பு, கரம் மசாலா, மிளகாய் தூள், தனியா தூள், மற்றும் புதினா இலை சேர்த்து நன்றாக கலக்கவும்.

8. ஊற வைத்த அரிசி மற்றும் பச்சை பட்டாணியை சேர்த்து, மெதுவாக கலக்கி குக்கரை மூடி மூன்று விசில் வரும் வரை வேக வைக்கவும்.

9. பிரஷர் இயற்கையாக வெளியேறியதும், குக்கரை திறந்து சாதத்தை மெதுவாக கிளறி சூடாக பரிமாறவும்.

செய்முறை:

குறிப்புகள்:

1. இதற்கு நீங்கள் பிரஷ்ஷான பச்சை பட்டாணியை மட்டுமே பயன்படுத்த வேண்டும்.

2. இந்த உணவை நீங்கள் வெள்ளரிக்காய் அல்லது வெங்காய ராய்த்தாவுடன் மதியம் அல்லது இரவு உணவில் எடுத்துக் கொள்ளலாம்.